கோயில் யானையின் சிறுவன்

തിരുവനന്തപുരം ശ്രീവാഴി
തിരുമുടി

கோயில் யானையின் சிறுவன்

ஒரு திரைப்பட இயக்குநரின் கவிதைகள்

சீனு ராமசாமி

விகடன்
பிரசுரம்

Title:
KOIL YAANAIYIN SIRUVAN
© SEENU RAMASAMY

ISBN : 978-93-94265-31-8

விகடன் பிரசுரம்: **1127**

நூல் தலைப்பு:
கோயில் யானையின் சிறுவன்

நூல் ஆசிரியர்:
© சீனு ராமசாமி

அட்டை ஓவியம்:
ஓவியர் ரவி பேலெட்

முதற்பதிப்பு : **ஆகஸ்ட், 2024**

இரண்டாம் பதிப்பு : **ஜூலை, 2025**

விலை : **₹400**

பதிப்பாளர்:
பா.சீனிவாசன்

துறைத் தலைவர்:
எம்.அப்பாஸ் அலி

முதன்மைப் பொறுப்பாசிரியர்:
அ.அன்பழகன்

தலைமை உதவி ஆசிரியர்:
ப.சுப்ரமணி

தலைமை வடிவமைப்பு:
மா.முகமது இம்ரான்

இந்தப் புத்தகத்தின் எந்த ஒரு பகுதியையும் பதிப்பாளரின் எழுத்துபூர்வமான முன் அனுமதி பெறாமல் மறுபிரசுரம் செய்வதோ, அச்சு மற்றும் மின்னணு ஊடகங்களில் மறுபதிப்பு செய்வதோ காப்புரிமைச் சட்டப்படி தடை செய்யப்பட்டதாகும். புத்தக விமரிசனத்துக்கு மட்டும் இந்தப் புத்தகத்திலிருந்து மேற்கோள் காட்ட அனுமதிக்கப்படுகிறது.

விகடன் பிரசுரம்
757, அண்ணா சாலை, சென்னை-600 002.

மொபைல்: 80560 46940 / 95000 68144
Website: https://books.vikatan.com
e-mail: books@vikatan.com

பதிப்புரை

ஒரு மொழியின் உச்சமாகவும் கலைகளின் உச்சமாகவும் திகழ்வது கவிதை. சொல்ல நினைப்பதை சுருக்கமாகவும் நயம்படவும் சொல்ல வேண்டுமானால், அதற்கு கவிதையே சிறந்த வடிவம். தேவையற்றதை நீக்கிய பிறகு ஒரு சிலை பிறக்கிறது. அப்படித்தான் தேவையற்ற சொற்களைத் தவிர்த்து உருவாவது கவிதை.

ஒரு கவிஞன் தான் உணர்ந்ததை, தன்னை பாதித்த சம்பவங்களை கவிதையாக்கித் தருகிறான். அந்தக் கவிதை வாசகனுக்கும் அதே உணர்வைத் தந்தால் அது சிறந்த கவிதையாகிறது.

அப்படிப்பட்ட கவிதைகளை மிகை உணர்ச்சியற்ற, மிகை கற்பனை கலவாத யதார்த்த எழுத்தில் தந்திருக்கிறார் சீனு ராமசாமி. இந்தக் கவிதைகளின் மூலம் தன் உள்ளக் குமுறல்களையும் இந்த சமுதாயத்தின் மீதுள்ள அக்கறையையும் தெளிவாகப் படம்பிடித்துக் காட்டியுள்ளார் நூலாசிரியர்.

தன் சொந்த ஊர் பற்றி எழுதியுள்ள ஒரு கவிதையில் கடைசி வரியை 'இது என் ஊரே இல்லை' என்று ஒருவித கோபத்தோடு முடித்திருப்பது, கிராமங்களிலும் இந்த அமைதியின்மை சூழ்ந்துவிட்டதை உணர்ந்ததால் அவருக்குள் எழுந்த ஆதங்கத்தை வெளிப்படுத்தி யிருக்கிறது.

இயக்குநராக இயல்பான மனிதர்களைத் தன் திரைப்படங்களில் காட்டும் சீனு ராமசாமி, அவ்வாறே தன் கவிதைகளையும் படைத்திருக்கிறார்.

அணிந்துரை

மூன்று தேசிய விருதுகளைப் பெற்ற ஒரு திரைப்படத்தை இயக்கிய திரைப்பட இயக்குநர் என்ற பெருமிதத்துக்கும் அப்பால் சென்று சீனு ராமசாமியின் அடையாளத்தைக் கொண்டாடும் ஒரு வரி, அவரைப் பற்றிய விக்கிபீடியா பக்கத்தில் முதல் வரியிலேயே இருக்கிறது. 'அடிப்படையில் ஒரு கவிஞர்' என்பதுதான் அது.

'அடிப்படையில் ஒரு கவிஞர்' என்ற இந்த அறிமுகம் என் மனதில் ஒட்டிக்கொண்டதற்கு ஒரு தனிப்பட்ட காரணம் இருக்கிறது. என்னையும் பல மேடைகளில் இப்படித்தான் அறிமுகம் செய்திருக்கிறார்கள்; செய்தும் வருகிறார்கள். இது பழகிப்போனது மட்டுமல்ல; பிடித்தமானதும்.

'கோயில் யானையின் சிறுவன்' என்ற இந்த கவிதைத் தொகுப்பில் இடம்பெறும் கவிதைகளின் தலைப்புகளை மட்டும் ஒருமுறை வாசித்துப் பார்த்தேன். **'ஒருத்தி', 'மான் சுவர்', 'உள்வரும் பகை', 'அம்மாவின் தாய்', 'காட்டின் மனம்', ஊசி', 'தனித்த பிச்சிப் பூ', 'குடிநோயாளியின் இரவு', 'வகுப்புத் தோழி', 'கோயில் யானையின் சிறுவன்', 'பழைய நாளின் வெயில்', 'தலைப்பு உன் பெயர்', 'ஆடு ஜீவிதம்'** என்று... அகன்ற அலைவரிசை. மிக இயல்பான, எளிமையான சொற்கள்; கண்முன் விரியும் பல்வேறு சூழல்கள். இந்தக் கவிதை நூல் 'இலக்கிய இடியாப்பச் சிக்கல்கள்' எதுவும் இல்லாமல் தன்னியல்பில் இருக்கும் என்ற எதிர்பார்ப்பைத் தலைப்புகளே ஓரளவு தந்துவிட்டன.

'ஒருத்தி' என்ற முதல் கவிதை. காமிராவை ஊடகமாக, எழுதுகருவியாக வைத்துக்கொண்டுதான் இவர் கவிதை எழுதுகிறாரோ என்ற உணர்வு எனக்கு முதல் கவிதையிலேயே வந்துவிட்டது. வாசலின் வழியாக ஒரு வாழ்க்கை படமாகிறது. உத்திகள் எதனையும் உதவிக்கு அழைக்காத அப்பட்டமான எளிய வரிகள். 'பால் விநியோகிப்பவன்', 'பேப்பர்காரன்', 'வீட்டு உரிமையாளன்', 'நள்ளிரவில் வந்த வாடிக்கையாளன்', 'பணம் கேட்டு வந்த தந்தை' என்று ஒவ்வொரு கதவின் தட்டலுக்கும் ஒருத்தியாக வந்தவள், ஒருநாள் தூக்கில் தொங்குகிறாள். கதவை உடைத்து அவள் உடல் வெளியே தூக்கிவரப்பட்டபோது **'ஒரே ஒருத்தியாக அன்று கிடந்தாள்'** என்று முடிகிறது. கவிதைக் கதையின்

ஒன்லைனர் 'ஒருத்தி'தான். கவிதைக் காமிரா அந்த வீட்டு வாசலில் சலனமின்றி 'ஸ்டெடியாக' இருக்கிறது. சொற்கள் காட்சிகளாகக் கசிகின்றன.

'உன்

விடுதிப் பாதையில்

மறக்க முடியாத

குளிரை நான்

அருந்தும் இந்நேரம்

இரவு உறக்கத்திற்கு முன்பாக

முழங்கால் இட்டிருப்பாய்

குருதி வடியும் சொரூபத்தின்

முன் ஸ்டெல்லா தாமஸ்!' என்று முடிகிறது 'ஆசிர்வாதங்கள்' என்ற கவிதை.

'கூகுள் வரைபடம்' எல்லாம் எதற்கு... மதுரையில் தெருத்தெருவாய் அலைகிறது என் மனசு. மறக்க முடியாத குளிரை அருந்தி கவிஞர் சீனு ராமசாமி, இரவில் நின்ற அந்த விடுதிப் பாதை எதுவாக இருக்கும்... எந்தக் கல்லூரி... எந்த விடுதி... மதுரையின் அங்குலம் விடாமல் அளந்த நமக்குத் தெரியாமல் எந்த விடுதிப் பாதை அது... வாசிக்கிற நானே இவ்வளவு யோசிக்கிறேன் என்றால், ஏசப்பா! என்ன இப்படிச் செய்துவிட்டாய், அடிப்படையில் கவிஞனான ஒரு திரைக் கலைஞனை!

கரடுமுரடாக இல்லாத எளிமையான வரிகள் ஆழமாக உள்ளிறங்கும்போது அதன் பொருளின் அடர்த்தி பலமடங்கு மிகும் என்பது எனது அனுபவம். இதை ஒரு 'வெள்ளந்தியான' அணுகுமுறை என்றுகூட சிலர் திறனாய்வு செய்யலாம். இருந்துவிட்டுப் போகட்டும்!

'நன்றி சொல்ல ஒன்றும்

பெரிதாக தேவை இல்லை

போகும்போது விலகி வழிவிட்டால் போதுமானது.

ஒரு குடை இருக்கிறது

அதுபோதும்

இந்தச் சிறுமழைக்கு...'

என்ற கவிதை வெறும் மழை, குடை பற்றியது மட்டுமல்ல. தேவைக்கும் நிறைவுக்குமான உரையாடலும் என்று தோன்றுகிறது. 'நன்றி' என்ற சொல் எவ்வளவு நல்ல சொல். நிறைவும் குறைவும் நெஞ்சில்தானே இருக்கிறது!

'வாகனத்தில்' என்ற கவிதை 'ஹாரனுக்கு பழகிவிட்ட கைகள்' பற்றிய விமர்சனம். இதில் 'சத்தத்தின் சந்தை', 'அமைதியின் விற்பனை' என்ற எளிமையான உருவகப் படிமங்கள். என்னவோ தெரியவில்லை – 'Market of Noise', 'Sale of Peace' என்று எனக்குள் முணுமுணுக்கிறேன்.

'அமைதியைக் கொண்டுவருவது

அவ்வளவு எளிதல்ல.

நள்ளிரவில்

இரும்பு பெரிய தோசைக்கல்லில்

கொத்தி ஊரைக் கூட்டும்

மாஸ்டரின் புரோட்டா கரண்டியில்

இருந்து தொடங்க வேண்டும்'

என்ற கவிதையின் களம் மதுரை என்பதைச் சொல்ல வேண்டியதில்லை. அல்லங்காடியின் இந்தக் 'கொத்து'தான் மதுரையின் ஆகச்சிறந்த இசை முழக்கம் என்று இப்போதும் சொல்லும் நண்பர்கள் மதுரையில் வசிக்கிறார்கள்! அவர்கள் இதற்கு உடன்படமாட்டார்கள். இந்தக் கருத்தைத் தெரிவித்திருப்பவரும் மதுரைக்காரர் என்பதுதான் ஆறுதல்!

அடர்த்தியான அடுக்கடுக்கான காட்சிப் படிமங்கள் சீனுவின் எளிமையான கவிதைகளை ஆழமாக்குகின்றன. 'ஆற்றின் குறுக்கே ஒரு பாலத்தின் மீது நிற்கும் முன்ஜென்மம்', 'நீரில் மிதந்த செத்த நினைவின் காதுகளைக் கடித்துத் தின்ற அயிரைப் பொடிகள்', 'சொல்லின் மிகையின்றி இருக்கும் வெயில்', 'காட்சியின் வேர் வழிப்பாதை' என்று பட்டியலிடலாம். ஆனால் 'அயிரைப் பொடிகள்' என்ற சொல்லாடலை காதில் கேட்டு எவ்வளவு காலமாகிவிட்டது!

'தனிமையின்றி நெருங்காமல்

நீ சென்றது

கவிதை பிறந்து கவிஞன் தோற்ற

திரை அகன்ற காட்சியின் சுருக்கம்'

என்று இயல்பாகப் படர்கிறது இன்னொரு கவிதை!

'ஒரு படகு செய்பவருக்கு

அது மிதந்து செல்லும் நாள் உண்டு.

அந்த நாளில் சோதனைகள்

மூழ்கிவிடும்'

என்று நம்பிக்கையோடு முடியும் கவிதையை அம்மாவுக்கு அளித்திருக்கிறார் கவிஞர். அம்மாவின் கவலையை இப்படி யெல்லாம்தான் போக்குகிறது முதல் தலைமுறை. எனது முதல் கவிதைத் தொகுப்பே 'அன்புள்ள அம்மா.' அதனால் எனக்கு கூடுதலாக விளங்குகிறது இந்தக் கவிதையின் மனநிலை.

'பார்வை இழந்த

ஓவியரின் வண்ணங்கள் அவர்

விரல்களில் இருந்தது'

என்று சீனு ராமசாமி தீர்மானமாகச் சொல்கிறார். உண்மைதானே. ஆரவாரமற்ற, வலிந்து சொல்லப்படாத இயல்பான உவமைகள் ரசனையானவை.

'ஒரு மான்

நெடுஞ்சாலைக்கு வந்துவிட்டது.

புள்ளி மான்

உடம்பெல்லாம்

ஓவியன் தொட்டதுபோல்

வெண்மைப் புள்ளிகள்

அந்த மானின் கொம்புகள்

ஆதிகுடியின் கேசம்போல சுருண்டிருந்தன.'

'திசையைத் தேடி' என்ற என்ற கவிதை எனக்கு மிகவும் பிடித்துள்ளது.

'தம்பியைத் தூக்கி தெய்வத்தைக் காட்டும்

பெரிய அக்காபோல ஓங்குதாங்காக இருந்தாள்.

தண்ணீர் போத்தல்களை விற்கும் அவள்
தாகம் இருந்தாலும்
போத்தலைத் திறந்து குடிப்பதில்லை.
அவள் ரப்பர் செருப்பு பாதங்களுக்கு கீழே
அவள் தாகத்தை
நனைக்க முடியாத
நெடுந்துயரில்
உப்புக் கடல் சேரும் நதியைப்
பிடிக்கும் அவசரத்தில்
எங்கோ ஓடிக்கொண்டிருந்தது
செக்கானூரணி தென்கிழக்கு மலையில் ஊறிய சுனை'

என்று முடிகிறது, அக்கவிதை. செக்கானூரணி எனக்கும் தெரிந்த ஊர்தான். செக்கானூரணிக்குப் போகும் பேருந்தில் பயணம் செய்து பல்கலைக்கழகத்தில் தினமும் இறங்கியது எப்படி மறக்கும்?

'ஒரு பொட்டு இலையின்றி
உதிர்ந்த மரம்
பிரேதத்தின்
விரித்த கை
வான் நோக்கிய காட்சியாக
ஒருவருக்குத் தெரியும்போது
அவர் யுத்த நாட்களில்
புலம்பெயர்ந்தவராக
பெரும்பாலும் இருக்கக்கூடும்'

என்ற வரிகளைப் படித்ததும் இனம்புரியாத ஒரு சோகம் என்னைக் கவ்விக் கொண்டது. எவ்வளவு வலிமையான வலி தரும் அனுமானம். சங்க இலக்கிய பாலைத் திணைப் பாடல்கள் சில, கைவிடப்பட்ட ஊர்களின் சிதிலங்கள், ஈழத்து நினைவலைகள் என்று அழுத்தமாக உணர்ந்தேன். குறிப்பாக, தனிமகனார் எழுதிய,

'வெஞ்சின வேந்தன் பகை அலைக் கலங்கி

வாழ்வோர் போகிய பேர் ஊர்ப்

பாழ் காத்திருந்த தனிமகன் போன்றே'

என்ற நற்றிணை (153) பாடல் நினைவுக்கு வந்தது. பயணங்களின், புலம் பெயர்வுகளின் கூட்டுத்தொகைதானே மனித குல வரலாறு.

எனக்குப் பிடித்தமான, எனக்கு நெருக்கமான ஏதோ ஒன்று என்னிடம் இருந்து சொல்லாமல்கொள்ளாமல் காணாமல் போனதுபோல சில நேரங்களில் நான் உணர்வது உண்டு. ஆனால் அது என்றும் துல்லியமாகப் பிடிபடாது.

'இது அந்த இரவே இல்லை

அந்தக் குளிரும் இல்லை

கிணற்றில் வாளிவிழும்

சத்தம்கூட கேட்காத

இது

என் ஊரே இல்லை'

என்று சீனு ராமசாமி எழுதியுள்ள கவிதையைப் படித்ததும் நான் தொலைத்துவிட்டு தேடுவது அநேகமாக எனது சொந்த ஊராக இருக்கலாமோ என்றும் தோன்றுகிறது. ஒருகணம் அழுதுவிடலாம்போல இருந்தது. எந்த மதுரை? மதுரையா... மதிரையா... என்ற கேள்வியும் உடனெழுந்தது. கீழடி பானைக்குப் பக்கத்தில் உட்கார்ந்து படமே எடுத்துவிட்டோம்; வேறென்ன வேண்டும் என்று சமாதானமாகிவிட்டேன். 'எத்திசைச் செலினும் அத்திசை சோறே' என்ற ஔவையாரை நினைத்துக்கொண்டேன்.

'அம்மாவைப் பற்றி

எழுதுகையில்

அவள் விரல் பதித்த

வெந்த

இட்லியொன்று அழியாத

ஓவியமாக

மனதில் இருக்கிறது' என்று சொல்கிறார். 'விரல் பதித்த வெந்த இட்லி' கண்முன்னே வந்து மறைகிறது.

சீனு ராமசாமி தனது கவிதைக்கான களங்களை, கருவை, தன்னைச் சுற்றியுள்ள இடங்களில், பொருள்களில், அசைவுகளில், உணர்வுகளில்தான் கண்டடைகிறார். அதனால்தான் ஒப்பனை யில்லாத எளிய சொற்கள் அழகாகக் கைகூடுகின்றன.

'பைத்தியக்காரனுக்கும்

தூக்கம் வந்துவிட்டது.

....

ஒருவன் மட்டும்

இணைய வழிக்கடை

உணவுப் பையுடன்

அடுக்குமாடி வீட்டைப்

பார்க்கிறான்.

ஒன்றும்

நிகழவில்லை

இவ்விரவில்' என்று நகர்கிறது 'அமைதிசூழ் உலகு.'

இன்னொரு 'மீள்நினைவு'க் கவிதை, 'தனித்த பிச்சிப் பூ.'

'நீ 7வது

குறுக்குத் தெரு

அத் தெருவில்

கொடியில் உலர்ந்த

சிவப்புத் தாவணியும்

அப்படியே நினைவில் ஒரு பிச்சிப் பூவும்

இருக்கிறது' எனத் தொடங்கும் கவிதை

'ஒரு பிச்சிப் பூ போதும்

நீ என்னைச் சேர

எவ்வுலகில் இருந்தாலும்' என்று முடிகிறது.

யாரம்மா நீ?

'நான்' என்ற கவிதையில் வரும் கோயிலின் 'அச்சம் தரும் உள்பிராகார இருள்' என்னையும் அச்சுறுத்தியிருக்கிறது.

'தாய் மீனாட்சி

வளர்த்த

யானையின் சவாரி

அச்சம் நீக்கிய வெளிச்சம்' என்ற சீனுவின் வரிகளை நான் புவனேஸ்வரத்தில் தட்டச்சு செய்யும்போது இந்த நொடிகளில் அதே யானையின் அல்லது அதன் அம்மா யானையின் அருகில்தான் நிற்கிறேன்.

'முடிவெட்டும்போது

தூங்குபவன் நான்.

ஒவ்வொரு சிறுவனும்

முடிவெட்டும்போதும்

ஒரு யானை

குளிப்பாட்டப்படுகிறது' என்று 'கோயில் யானையின் சிறுவன்' என்ற கவிதையில் எழுதுகிறார். 'அச்சு அசலாக' நானும் முடிவெட்டும் போது தூங்கும் அதே கதாபாத்திரம்தான்.

முடிவாக, எனக்கு ஓர் உண்மை தெரிஞ்சாகணும். சீனு ராமசாமி இந்தக் கவிதைகளை காகிதத்திலோ, கணினியிலோ எழுதினாரா, அல்லது காமிராவில் எழுதினாரா... கவிதை வரிகள் பல இடங்களில் காட்சிப் படிமங்களாக அடுக்கடுக்காக விரிகின்றன அழகாக. 'நெருங்க நெருங்கத்தான் எதற்கும் உருவாகிறது முகம்' என்பது இந்தத் தொகுப்பு எளிதாகச் சொல்லும் அடார்த்தியான உண்மை.

என்னுடைய நூல் ஒன்றுக்கு நானே அணிந்துரை எழுதியதைப் போல நான் உணர்கிறேன். இந்தக் கவிதைகள் மெல்ல எனக்குள் இறங்கி எனதாகிவிட்டன. உங்களில் பலரும் அவ்வாறே உணரக்கூடும்.

வாழ்த்துகள் கவிஞர் சீனு ராமசாமி.

16.05.2024

அன்புடன்

ஆர்.பாலகிருஷ்ணன்

உணர் ஸ்வரங்கள்...

கர்நாடக சங்கீதத்தில் ஷட்ஸ்ருதி ஸ்வரங்கள் என்று சில ஸ்வரங்களைச் சொல்வார்கள். விளக்கமாகச் சொல்வதாக இருந்தால் ஸட்ஜத்துக்குப் பின் உள்ள ஸ்வரங்களான சுத்த ரிஷபம், சதுஸ்ருதி ரிஷபம் இரண்டையும் தாண்டி ஷட்ஸ்ருதி ரிஷபம் என்று காந்தாரத்தைத் தொடுவார்கள். உதாரணத்துக்கு நாட்டை ராகத்தைச் சொல்லலாம். இந்த ஷட்ஸ்ருதி ஸ்வரத்தைத் தொடுவதற்கு ஒரு மேதைமை வேண்டும். கவிதையிலும் ஷட்ஸ்ருதி ஸ்வரங்கள் உண்டு. வாய்ப்பாட்டிலும், தந்தி மற்றும் காற்று வாத்தியங்களிலும் அந்த ஸ்வரங்களைத் தொடுவதற்கு தீவிர பயிற்சி தாண்டி மனோதர்மம் வேண்டும். அப்போதுதான் அந்த ஸ்வரங்கள் பிடிபடும். அவற்றைப் பார்க்க முடியாது. கோடிட்டுக் காட்டவும் இயலாது. படைப்பதிலும், பெறுவதிலும் அவற்றை உணரத்தான் முடியும்.

நல்ல கவிதையிலும் அப்படித்தான் தொட்டுக் காட்ட முடியா, உணர மட்டுமே முடிகிற ஸ்வரங்கள் உண்டு. கல்லில் வேண்டாதவற்றை நீக்கி சிற்பம் வடிக்கிற சிற்பியும், கவிஞனும் ஒரே ஜாதி. இந்தத் தொகுப்பில் சீனு ராமசாமி என்னும் கவிஞன் இசைக்கின்ற பல ஸ்வரங்களை உணர முடிகிறது. எனக்கொரு பெண் குழந்தை பிறந்திருக்கிறது என்று சொல்லிவிட முடிகிற வரியை,

'என்னை நம்பாத
எனக்கு பெண் சிசு ஒன்று
பிறந்துவிட்டது' என்கிறார்.

இந்த வரியில் என்னை நம்பாத மற்றும் சிசு என்கிற வார்த்தைகள் ஷட்ஸ்ருதி ரிஷபம் மற்றும் ஷட்ஸ்ருதி தைவதம்.

சீனு ராமசாமியே ரிஷிமுலம் என்ற கவிதையில் இதைச் சொல்கிறார்.

ஒரு கவிதையின் முதல் சொல்லுக்குப் பின் நிகழ்ந்தேறும் அற்புதத்தை விளக்க முடியாது. நள்ளிரவில் ஊறும் ஊற்றைக் காண முடியாதென்றே எவரும் விளக்கவில்லை. கண்ணில் படுகிற மனிதர்களை, மனுஷிகளை சீனு ராமசாமி நமக்கு விவரிக்கும்போது அவரது கவிப்பார்வை நம்மை வசீகரிக்கிறது. தண்ணீர் போத்தல் விற்கும் பெண்ணின் உருவத்தை 'தம்பியைத் தூக்கி தெய்வத்தைக் காட்டும் பெரிய அக்கா போல ஓங்குதாங்காக இருந்தாள்' என்கிறார்.

அவரால் ஓங்குதாங்காக தண்ணீர் போத்தல்கள் விற்கும் பெண் என்று வெகு சாதாரணமாகச் சொல்லிவிட்டு அவளைக் கடந்துபோக முடியவில்லை. நம் கண் முன் அந்த ஓங்குதாங்கான பெரிய அக்காவைக் கொண்டுவந்து நிறுத்துகிறார். யுத்த காலத்தில் புலம் பெயர்ந்த ஒரு குடும்பஸ்தரைப் பற்றிய கவிஞரின் 'பார்வை' கவிதையில் நமக்குக் காட்டுகிறார்.

'அயல்தேச விமான நிலையத்தில்

குடும்பத்தினர் பாஸ்போர்ட்டுகளை

அவர் மொத்தமாகக் காட்டும்போது

தான் தாங்கிய கூடுகளை

பரந்த வானின்

வெயிலுக்கு

பசுமை இழந்த மரம் காட்டியது

போலவும் இருந்தது எனக்கு'

கவியரசர் கண்ணதாசனின் 'காலமிது காலமிது கண்ணுறங்கு மகளே' திரைப்பாடல், நம் தமிழ்த் தாய்மார்களின் நிலையைச் சொன்னதுபோல, சீனு ராமசாமி தனது 'மேக மகள்' கவிதையில் நம் பெண் பிள்ளைகளின் நிலையைச் சொல்கிறார்.

'பாட்டி கைப்பிடித்து ஒரு மூலையில்

அமரச் செய்தபின்

அவள் மேகங்கள் கலைந்தன.

வான் பார்க்கவே நேரமின்றிப்போன அவளுக்குப்

படித்து மேகங்களுக்கிடையில்

விமானத்தில் பறக்கும் ஒரு

மகள் பிறந்து வளர்ந்துவிட்டாள்.

ஒவ்வொரு பெண் மக்கள் கதைக்குள்ளும்

மேகங்கள் வந்துபோயிருந்தன'

'விரும்புவது நதிக்கரை நாகரிகம்

விதிக்கப்பட்டது நெரிசல்மிக்க நகரம்' என்றார் மூத்தகவி விக்ரமாதித்யன்.

மாநகரத்தில் வாழ்ந்தாக வேண்டிய கட்டாயத்தில் இருக்கும் சீனு ராமசாமி தனது 'சொந்த ஊர்' கவிதையில் இப்படி சொல்கிறார்.

'துணைக்கு ஆங்காங்கே இருள் இருந்தது.

வாசலில் அமர்ந்திருப்பாள் அவள்

பவளமல்லி மரத்தின் வாசனை கீதம்

கேட்டபடி கடப்பேன்.
இது அந்த இரவே இல்லை
அந்தக் குளிரும் இல்லை.
கிணற்றில் வாளி விழும்
சத்தம்கூட கேட்காத
இது என் ஊரே இல்லை.'

சிறு வயதில் தான் பார்த்து வியந்த மனிதர்களை மனதில் சுமந்த படி நகரத்தில் திரிந்துவரும் சீனு ராமசாமி ஐஸ் விற்கும் பிச்சை அண்ணனின் வியாபார தர்மத்தை,

'பிள்ளைகள் படிப்பில்
கவனம் உறைந்திருக்க
வகுப்பு நேரங்களில்
ஒரு நாளும் கேட்டதில்லை
ஐஸ் விற்க
பெட்டியின் மூடி தட்டும்
சத்தம்' என்கிறார்.

மற்றொரு மகத்தான மனிதரான அம்மாசி மாமாவைப் பற்றிய கவிதையில், அம்மாசி மாமாவை நமக்கு இப்படி அறிமுகப்படுத்துகிறார்.

'முள்ளில்
முள் வேலிக் கம்பியில்
தட்டான்கள் வந்தமரும்
அந்த நொடியில்
மெதுவாக முன் நகரும்
என் தொடையில்
நாயொன்று கடித்துவிட்டது
விருட்டென்று
தட்டான்
பறந்துவிட்டது
என்னைத் தூக்கிக்
கொண்டு ஓடியது
நாய் வளர்த்த
அம்மாசி மாமா
எனக்கு

தகப்பன் என்று சொல்லி
தொப்புளில் ஊசியிட்டு
பிண வாடை காட்டியது
அம்மாசி மாமா.
பின்னாளில்
நாயை கடப்பாரையால்
அடித்துக் கொன்றதும்
அம்மாசி மாமா.
கடப்பாரையை சுத்தமாக
துடைத்து
வைத்திருப்பதும்
அம்மாசி மாமா
தெருவிலிருந்து
தூக்கிக்கொண்டு வந்து
ஒரு நாய்க்குட்டியை
வளர்க்கத் தொடங்கியதும்
அம்மாசி மாமா.'

மனிதர்களை நேசிக்கிற சீனு ராமசாமி தகப்பனைப் பற்றி எழுதி யிருக்கும் 'தந்தையின் உலகம்' கவிதையில் தன்னையும், என்னையும், உங்களையும், நம் தகப்பன்களையும் சேர்த்து வாசிக்கிற கண்களைக் கலங்கவைக்கும்படியாக இப்படி முடிக்கிறார்.

'இல்லாது இருந்தாலும்
உடன் இருப்பேன்
இருக்கும் காலத்தைப் போல
ஒவ்வொரு நொடியும் துணையிருப்பேன்.
பாதை
தெரிந்துவிட்டால்
என் கண்களை
அள்ளித்
தந்து இருளில் மறைவேன்.
சிறிது இருக்கும் காலத்தில்
இல்லை என்று சொல்ல
நான் இல்லை
இருப்பதை அறிந்து

செயல் புரியவே

எதிரில் ஒளியாகி

இருப்பேன்

நான் பெற்ற

மக்களே.'

திரையில் கதை சொல்பவர் என்பதால் கவிதையில் காட்சிகளை கண்முன் விரிக்கும் கலை சீனு ராமசாமிக்கு இயல்பாக கை வந்திருக்கிறது. 'குடிநோயாளியின் இரவு' கவிதையில் சத்தமாகப் பேசி நிதானத்துக்குத் திருப்பும் தந்தையை நான் பார்த்துவிட்டேன். முழங்கை வரைக்கும் மடித்திருக்கிற வெள்ளை சட்டையும், மடித்துக் கட்டியிருக்கும் வேட்டியும், கறுப்பு வார் கைக்கடிகாரமும் அணிந்திருக்கிற அந்த மனிதரின் பெயர் தனுஷ்கோடி என்றே கருதுகின்றேன்.

காதல் கவிதைகளில் உலகம் தழுவி நிரந்தர இடம்பிடித்திருக்கும் ரோசாப் பூக்களுக்கு சீனு ராமசாமியின் கவித்தோட்டத்தில் இடமில்லை. சரி அப்படியென்றால் மல்லிகை இருக்கிறதா என்றால் அதுவும் இல்லை. ஒரு கனகாம்பரம். வாடாமல்லி. செண்பகப் பூ. சரக்கொன்றை. ம்ஹூம். அவற்றையும் கண்ணில் காணோம். வாசனையும் வரவில்லை. மாறாக பிச்சிப் பூ வருகிறது. அதுவும் தனித்த பிச்சிப் பூ.

'ஒரு பிச்சிப் பூவாக

அதன் மணமாக

அப்படியே இருக்கிறது

நீ மலர்ந்த காலம்.

ஒரு பிச்சிப் பூ போதும்

நீ என்னை சேர

எவ்வுலகில் இருந்தாலும்.'

பிச்சிப் பூவின் மாறா வாசனையைப் பற்றி கவிதை எழுதியிருப்பவர் வள்ளலாரைப் பற்றியும் இப்படி எழுதியிருக்கிறார்.

'சும்மா இருக்கவே முடியாத

உலகில்

சும்மா இருத்தல்

சுகம் என்றார்.

தூண்டாமணி விளக்கென

நாள்தோறும் உயிர்களின்

பசிக்கு எரிந்தபடி இருக்கும்

அணையா அடுப்புடன்

ஒரு வள்ளல்'

வள்ளலாரைப் பற்றி கவிதை எழுதியவர் வாத்தியார் பற்றி எழுதாமல் இருப்பாரா?

'நான் இயங்கும் பெரிய திரை

புறக்கணித்தே வரும்

கரிய நிறத்தவள்

கருமை தரித்தவள்

கருத்த காம்பில்

சுரக்கும் வெள்ளைப் பாலென சிரித்தாள்.

நெஞ்சில் உதிரும்

ஆண் என்ற சாம்பல்'

'கருத்தவள்' என்ற இந்தக் கவிதையை 'வாத்தியார்' பாலு மகேந்திராவுக்கு சமர்ப்பணம் செய்திருக்கிறார்,

'முடிவெட்டும்போது

தூங்குபவன் நான்.

ஒவ்வொரு சிறுவனும் முடிவெட்டும்

போதும் ஒரு யானை குளிப்பாட்டப்படுகிறது

எனும் முடிவுக்கு வந்தேன்.

பின்தொடர்ந்து ஓடினேன்'

என்கிற இந்தக் கோயில் யானையின் சிறுவன் சீனு ராமசாமி. தம்பியைத் தூக்கி தெய்வத்தைக் காட்டிய பெரிய அக்காவைப் பற்றி இந்தத் தொகுப்பில் எழுதியிருக்கும் சிறுவன் சீனு ராமசாமியைத் தூக்கி யானையைக் காட்டிய அண்ணனை எனக்குத் தெரியும். அது நான்தான்.

15.4.2024   – சுகா

சாலிகிராமம்.

முன்னுரை

அன்பானவர்களுக்கு வணக்கம்.

எனது முந்தைய 'மாசி வீதியின் கல்சந்துகள்' கவிதைத் தொகுப்பின் முன்னுரையில் சொன்ன ஒப்புதலில், வெறும் எலும்புகளை இந்த பூமியில் விட்டு விட்டுப் போய்விடக்கூடாது என்ற என் மனத்தவிப்பும் நிழல் தந்த இப்பிரபஞ்ச வெளிக்கு நன்றி சொல்லும் மனவெளிச்சத்தில் இக்கவிதைகள் எண்ணில் இருந்து வெளிப்பட்டிருக்கின்றன என எழுதினேன்.

ஒரு நண்பரிடம் "நான் மகாகவி எட்டயபுரம் சுப்ரமணிய பாரதியின் அடிவயிற்றில் இருந்து எழுந்து வந்தவன்" என்றேன்.

"உள்ளத்தில் உண்மையொளி உண்டாயின் வாக்கினிலே ஒளியுண்டாகும்" என்றவர் அவர். மற்றவர்களுக்கு இது எப்படியோ ஆனால், எனக்கு அது உயிர் வளர்த்த ஜீவ சொற்கள்.

வாழ்வில் எதுவெல்லாம் உண்மை என ஒரு சுழற்சியில் மனிதன் நம்புகிறான். ஆனால் மறுசுழற்சியில் பொய்யாக சிகரெட் சாம்பல் கிண்ணம்போல நிறைந்துவிடுகிறது வேறு உண்மைகள். அங்கே பிறந்தன சில.

நான் கவிதையின்வழி குளிரில் நடுங்கிக்கொண்டிருந்த மூதாட்டிக்குப் போர்வை போத்தியிருக்கிறேன். இந்தப் பிரபஞ்சத்தைக் காக்கும்படி அடர்ந்த மழை நாளில் இயங்கு சக்திக்கு கண்கள் மூடி எழுதியிருக்கிறேன்.

ஒருவனை விரட்டி விரட்டி அவன் பிட்டத்தில் சுட்டபடி துப்பாக்கி யுடன் இந்நகரம் முழுவதும் துரத்தியிருக்கிறேன்.

கவிதைகளில், எவ்வித சந்தேகமும் இன்றி நான் என்ற எனது நிர்வாணம் இறங்கத் தொடங்குவதைக் கண்ணுற்று மகிழ்ச்சி அடையத் தொடங்கினேன்.

அந்த இன்பம் நான் உயிரோடு இருக்க விரும்புகிறது.

பிறருக்கும் இதில் அப்படி அனுபவம் உண்டாகுமெனில் அவர்களோடு இக்கவிதைகள் தொடர்புகொள்ளக்கூடும்.

மக்களுக்கு ஆயுதங்களை தயாரித்துத் தருவது அல்ல கவிஞர்கள் வேலை, ஆயுதங்களை அவர்களே உற்பத்தி செய்ய மனோ திடம் தருவது நம் வேலை.

வாழ்வில் உன்னத உணர்வுகளை, உன்னதத் தருணங்களை அதன் அனுபவங்களை உள்வாங்கிக்கொண்டு புகார் இன்றி எழுதப்பட்ட சில இக்கவிதைகளும் உண்டு.

மதுரை மீனாட்சி அம்மன் கோயிலுக்கும் எனக்கும் பால்ய தொடர்பு உண்டு. நான் கோயிலில் சிறுவனாக விளையாடி வளர்ந்திருக்கிறேன். அங்கு யானைக்கும் எனக்கும் ஒரு சினேகிதம் உண்டு. இப்படி வாழ்வில் பல்வேறு நிலைகளில் நிகழ்ந்த பல்வேறு அனுபவங்களில் ஒளிரும் இக்கவிதைகள் உண்மை தீபமாக என் மனதில் சுடர்கின்றன.

இந்த கவிதைத் தொகுப்புக்கு முகப்பு ஓவியம் வரைந்த ஓவியச் சித்தன் ரவி பல்லேட்டுக்கு நன்றி.

தமிழக பண்பாட்டின் அடையாளங்களின் மெய்ம்மை நிறைந்த ஆய்வாளர், எழுத்தாளர் ஆர்.பாலகிருஷ்ணன் IAS (Retd) அணிந்துரை தந்தது எனக்கு மகிழ்ச்சி, நன்றி.

அண்ணன் எழுத்தாளர் சுகா, தொடர்ந்து கவிதைகளையும் கவிஞர்களையும் விமர்சித்து வருபவர். அவர் இந்தக் கவிதைகளுக்கு அணிந்துரை தந்தது நினைத்தாலே ஆனந்தமாக இருக்கிறது. அண்ணன் சுகா அவர்களுக்கு நெஞ்சார்ந்த நன்றி.

இந்த நூலை வெளியிடும் விகடன் பிரசுரத்துக்கும் துறைத் தலைவர் அப்பாஸ், முதன்மைப் பொறுப்பாசிரியர் அன்பழகன் ஆகியோருக்கும் எனதன்பும் நன்றியும்!

அன்பன்,
சீனு ராமசாமி

சீனு ராமசாமி

1975-ம் ஆண்டு, அக்டோபர் 13-ம் தேதி மதுரையில் திரு இராமகிருஷ்ணன் - திருமதி கோவிந்தம்மாள் தம்பதியின் முதல் மகனாகப் பிறந்தார். பள்ளிப் பருவத்தை மதுரை சார்லஸ் பள்ளி மற்றும் டி.வி.எஸ்.பள்ளியிலும், தனது இளங்கலை கணித பட்டப் படிப்பை மதுரை மன்னர் திருமலை நாயக்கர் கல்லூரியிலும் நிறைவு செய்தார்.

இவர், தமிழ்மொழியின் மீது நாட்டமும் புலமையும், ஆழ்ந்த ஈடுபாடும் கொண்டு, பின் வெற்றுச் சொல், மிகை உணர்ச்சி களைந்து, கவிதை உருவாக்கும் நவீன மரபில் இயங்கத் தொடங்கியபோது, தன் கவிதைகளாலும் கவனிக்கப்பட்டார்.

நவீன இலக்கியத்தையும், அதேசமயம் 'மணிக்கொடி' எழுத்தாளர்களின் வழியே செவ்வியல் மரபையும் அறிந்து, அதன் அனுபவப் பெருக்கில் கவிஞராகவும், காட்சி ஊடகத்தில் இயக்குநராகவும் பயணித்து வருகிறார்.

திரைப்பட இயக்குநர்கள் பாரதிராஜா, மகேந்திரன், பாலுமகேந்திரா, கே.பாலசந்தர் ஆகியோரால் உந்தப்பட்டு திரைப்படத் துறையில் அடியெடுத்து வைத்த இவர், பின்னாட்களில் உலக சினிமாக்களில் தன்னைக் கரைத்துக்கொண்டு, சத்யஜித்ரேயின் நவீன யதார்த்த கலை மரபில் இயங்கி வருகிறார்.

இதுவரை ஒன்பது திரைப்படங்களை இயக்கியிருக்கும் இவர், தனது இரண்டாவது திரைப்படமான 'தென்மேற்குப் பருவக்காற்று' திரைப்படத்துக்கு சிறந்த மாநில மொழி திரைப்படத்துக்கான தேசிய விருதுபெற்றார். 2015-ம் ஆண்டு, தென் தமிழகத்தின் மிகப் பழைமையான மதுரைக் கல்லூரி, பவள விழா கொண்டாடியபோது, இவருக்கு 'மக்கள் இயக்குநர்' என்ற பட்டத்தைக் கொடுத்து கௌரவித்தது.

ரஷ்ய அரசின் தமிழ்க் கலாசார பிரதிநிதியாக மாஸ்கோவுக்குச் சென்று கலந்துகொண்டார். அங்கு நடைபெற்ற 45-வது சர்வதேச திரைப்பட விழாவில் இவரின் 'மாமனிதன்' திரைப்படம் பரிசு பெற்றது. அமெரிக்காவில் நடைபெற்ற 56-வது HOUSTON WEST சர்வதேச திரைப்பட விழாவில், சிறந்த குடும்பம் மற்றும் குழந்தைகள் படத்துக்கான விருதுபெற்றார்.

கலையும் வாழ்வுமாக, நாளும் பொழுதுமாக தனது பொன்விழா ஆண்டில் அடியெடுத்து வைக்கும் தருணத்தில், 2023-ம் ஆண்டு, 'புகார் பெட்டியின் மீது படுத்துறங்கும் பூனை' என்கிற கவிதைத் தொகுப்பை டிஸ்கவரி பதிப்பகம் மூலம் வெளியிட்டார். இந்தக் கவிதை நூலுக்கு, 'கவிதை உறவு' 50-வது இலக்கிய விழாவில் சிறந்த நூலுக்கான விருது, 2023-ம் ஆண்டுக்கான 'படைப்பு' விருது, 'சௌமா'வின் 2023-ம் ஆண்டுக்கான சிறந்த கவிதை நூல் விருது ஆகிய விருதுகள் வழங்கப்பட்டன.

இவரது கவிதைகளை 'THE DAYS OF A SMALL BROOK AND OTHERS POEMS' என பேராசிரியர் இளங்கோ நடேசன் ஆங்கிலத்தில் மொழிபெயர்த்திருக்கிறார்.

இவரது 'புகார் பெட்டியின் மீது படுத்துறங்கும் பூனை' நூலை லதா ராமகிருஷ்ணன் ஆங்கிலத்தில் மொழிபெயர்த்து 'THE CAT SLEEPING UPON THE COMPLAINT BOX' என என்.சி.பி.ஹெச் பதிப்பகம் வெளியிட்டிருக்கிறது.

இந்தக் கவிதைத் தொகுப்பை, சாகித்ய அகாடமி விருதுபெற்ற ஜில்லாலே பாலாஜியின் தெலுங்கு மொழிபெயர்ப்பில், 'PHIRYADU PETTEPAI NIDURISTUNNA PILLI' என்ற தலைப்பில் சாயா பதிப்பகம் வெளியிட்டிருக்கிறது. இவரது கவிதைகள் பல்வேறு இந்திய மொழிகளில் மொழிபெயர்க்கப்பட்டு நூல்களாக வெளிவருகின்றன.

'சீனு ராமசாமியின் முகம் மறந்த கைகள்' என்ற தலைப்பில் இவரது கவிதைகளை சிங்கப்பூர் ஆங்கில எழுத்தாளர் ஜெயந்தி சங்கர் மொழிபெயர்த்திருந்தார். அந்த நூலை கேம்பிரிட்ஜ் பல்கலைக்கழக பதிப்பகம் பிகாசஸ் வெளியிடுகிறது. இது தமிழ்க் கவிஞருக்கு முதன்முறையாகக் கிடைத்த பெருமை.

இதுவரை 'ஒரு வீட்டைப் பற்றிய உரையாடல்' (2009), 'காற்றாய் நடந்தேன்' (2011), 'புகார் பெட்டியின் மீது படுத்துறங்கும் பூனை' (2023), 'மாசி வீதியின் கல்சந்துகள்', 'நினைவில் ஒளிரும் ஜிமிக்கிக் கம்மல்' (2024) ஆகிய கவிதை நூல்களைப் படைத்திருக்கிறார்.

இவரின் கவிதைகளை 'சீனு ராமசாமி கவிதைகள்' எனும் தலைப்பில் விகடன் குழுமம் ஒலிப் புத்தகமாக வெளியிட்டிருக்கிறது.

மகாகவி சுப்பிரமணிய பாரதிக்கும்
என் தாய் கோவிந்தம்மாள் ராமசாமிக்கும்...

உள்ளே

1. சொந்த ஊர் — 36
2. ஒருத்தி — 38
3. ஆசிர்வாதங்கள் — 40
4. சித்தம் — 42
5. நன்றி — 44
6. தாத்தாவின் வெயில் — 46
7. கொல்லப்படுவதற்கு முன் — 48
8. பூனையின் பூனைகள் — 50
9. உருத்தானள் — 52
10. நாட்டு நாய்களின் குரல் — 54
11. கைதி — 56
12. முயற்சி — 58
13. அம்மத்தாவின் அம்மா — 60

14.	வாழ்வு	62
15.	துணை	64
16.	பிள்ளையார் பூ	66
17.	தாவர அக்கா	68
18.	அன்பின் வகை	70
19.	பாடம்	72
20.	காத்திருக்கும் உனக்கு ஒரு நற்செய்தி	74
21.	வாழ்த்து	76
22.	மான் சுவர்	78
23.	பார்வை	80
24.	அம்மாவின் ஓவியம்	82
25.	வியாபார தர்மம்	84
26.	பயணக் குறிப்பு	86
27.	சேவக்கதை	88

28. அம்மாவின் தாய்	90
29. இருப்பதும் இல்லாததும்	92
30. அமைதியின் கனவு	94
31. உடன் வரும்	96
32. தனித்த பிச்சிப் பூ	98
33. குடிநோயாளியின் இரவு	100
34. தந்தையின் உலகம்	102
35. கருத்தவள்	104
36. கோயில் யானையின் சிறுவன்	106
37. போரூர் கணேசன்	108
38. அம்மாசி மாமா	110
39. கிராம / நகர மனிதம்	112
40. நான்	114
41. மீனாட்சி யானை	116

42. ஆடு ஜீவிதம் — 118

43. காலனி எலி — 120

44. உயிரியல் இயக்கம் — 122

45. சமத்துவம் — 124

46. இயல்பின் மாற்றம் — 126

47. ஆற்றுப் பாலம் — 128

48. கவி மனம் — 130

49. சோதனைகள் மூழ்கிவிடும் — 132

50. நானும் ஒரு ஓவியரும் — 134

51. காலம் — 136

52. ரிஷிமூலம் — 138

53. திசையைத் தேடி — 140

54. செம்மை — 142

55. நாள் — 144

56. உண்மை — 146

57. போர் — 148

58. அலைகடல் — 150

59. உள்வரும் பகை — 152

60. மேக மகள் — 154

61. நிலத்தைக் கேட்கும் ஆன்மாக்கள் — 156

62. அங்கீகாரம் — 158

63. தொண்டு — 160

64. விண்ணப்பம் — 162

65. பிரிவின் மயக்கம் — 164

66. பிரபஞ்ச விதி — 166

67. செய் — 168

68. பொறுப்பு — 170

69. காட்டின் மனம் — 172

70. சிரமமாக இருக்கிறது	174
71. செயல்	176
72. கானம்	178
73. சன்மார்க்கத் தாய்	180
74. பிரார்த்தனைகள்	182
75. இரண்டு போதைகள்	184
76. ஊசி	186
77. எவர்க்கும்	188
78. அமைதிசூழ் உலகு	190
79. வாழ்வின் சேமிப்பு	192
80. ஓய்வதில்லை ஓய்வில்லை	194
81. உறவு	196
82. விடைபெறுவது	198
83. விடை	200

84. விண்ணப்பம்	202
85. வீடடைதல்	204
86. நிதர்சனம்	206
87. வீரம்	208
88. வகுப்புத் தோழி	210
89. எதிர்ப்பு	212
90. தர்மம்	214
91. சொல் எப்படியும் ஒரு சொல்	216
92. கவி / கவிதை	218
93. ஓடை உயிர்	222
94. கிரிக்கெட் மட்டை	224
95. பாப்புஜி	226
96. பிறந்து பிரிந்து	228
97. தூக்கத்தைப் பற்றிய புரிதல்	230

98. கலவி	232
99. வாழ்வி	234
100. காதல்	236
101. மேகமும் மலையும்	238
102. இயல்பு	240
103. இருப்பு	242
104. கண்மணி	244
105. தலைப்பு உன் பெயர்	246
106. கமல்ஹாசனின் தத்துவம்	248
107. எல்லாம் மருந்தென...	250
108. கலையும் கூடம்	252
109. வெயிலின் சுமை	254
110. அவளுக்கு	256
111. கற்கண்டு பால்	258

112. முள் புதர்	260
113. ஒலியற்ற குரல்	262
114. நெடுந்தாகம்	264
115. காட்டின் ஒளிப் பெண்	266
116. நண்ணி வருமணி ஓசை	268
117. பெயர் அல்ல	270
118. இருள் என்பது	272
119. தத்துவ நிலை	274
120. வரைதல்	276
121. ஜனநாயக விண்ணப்பம்	278
122. தீர்ப்பு	280
123. அனாதை எழுத்து	282
124. இறுதி வாழ்வு	284
125. ஆனந்த நினைவு	286

126. சாவின் காரணம் — 288

127. மஹாத்மா — 290

128. நவீன வியாபாரம் — 292

129. ஓட்டாதது உதிரும் — 294

130. நிறமி — 296

131. தந்தையின் விழிப்பு — 298

132. வாகனத்தில் — 300

133. மயில் தோப்பு — 302

சொந்த ஊர்

இவ்வளவு வணிகம் நடக்கும் இடமில்லை
இவ்வளவு ஜனங்கள்
ஹாரன் அடித்து பழகவில்லை
இவ்வளவு சத்தமில்லை
இவ்வளவு பேர் இரவில் உடற்பயிற்சி சாலைக்குள்
இருந்து வெளியேறவில்லை
இவ்வளவு பிரகாசம் இல்லவே இல்லை
இவ்வளவு கூட்டம் கோயிலில் இல்லை
இவ்வளவு கூட்டம் மதுபானக்கடையில்
இல்லை,
இவ்வளவு பேர் தூங்காமல் இல்லை,

துணைக்கு ஆங்காங்கே இருள் இருந்தது
வாசலில் அமர்ந்திருப்பாள் அவள்
பவளமல்லி மரத்தின் வாசனை கீதம்
கேட்டபடி கடப்பேன்
இது அந்த இரவே இல்லை
அந்தக் குளிரும் இல்லை
கிணற்றில் வாளி விழும்
சத்தம்கூட கேட்காத
இது என் ஊரே இல்லை.

***

ஒருத்தி

பால் விநியோகிப்பவன்
கதவைத் தட்டும்போது ஒருத்தி வந்தாள்.
பேப்பர்காரன் கம்பி கேட்டில்
சொருகிய பேப்பர் எடுக்க ஒருத்தி வந்தாள்.
விறைத்து நின்ற வீட்டு உரிமையாளனுக்கு
ஒருத்தி வந்தாள்.
நள்ளிரவில் வந்த வாடிக்கையாளனுக்கு
ஒருத்தி வந்தாள்.
பணம் கேட்டு அவள் தந்தை வந்தபோது
ஒருத்தி வந்தாள்.
ஒரு நாள் கதவை உடைத்து
வெளியே உடலை
தூக்கி வந்தார்கள்.
கசங்காத பட்டுச் சேலையில்,
கழுத்தில் மாட்டிய துப்பட்டாவுடன்
ஒவ்வொரு நாளும்
ஒவ்வொரு கதவின் தட்டலுக்கும்
ஒருத்தியாக வந்தவள்
ஒரே ஒருத்தியாக
அன்று கிடந்தாள்.

***

ஆசிர்வாதங்கள்

நீண்ட தூரம் என்பது
மிக நீண்ட தூரமானது,
நீ போனதும்
நான் திரும்பி என்னைக் கண்டடையும்
பாதை.

இருள் கவியத் தொடங்கிவிட்டது
ஏதோ நிரந்தரப் பிரிவின்
சமிக்ஞையென அன்றடைந்த
குருவியும் சொல்லவில்லை.

உன் விடுதிப் பாதையில்
மறக்க முடியாத குளிரை நான்
அருந்தும் இந்நேரம்
இரவு உறக்கத்துக்கு முன்பாக
முழங்கால் இட்டிருப்பாய்
குருதி வடியும் சொரூபத்தின்
முன் ஸ்டெல்லா தாமஸ்.

* * *

சித்தம்

யாவும் தீர்ந்த நள்ளிரவு உருவாகி
ஒரு சிலம்பெடுத்து
மரணத்தை நோக்கிப் போகும்
வழியுண்டாகாமல்
ஒரு காதை இல்லை
நீ உணர ஒரு மருந்தில்லை.

***

நன்றி

நன்றி சொல்ல ஒன்றும்
பெரிதாக தேவை இல்லை
போகும்போது விலகி வழிவிட்டால்
போதுமானது,
ஒரு குடை இருக்கிறது
அதுபோதும்
இந்த சிறுமழைக்கு.
கணுக்கால் அளவுக்குக் கூட நீர்
ஏறவில்லை இன்னும் நகரத்தில்
வீடு அருகில்தான்
இருக்கிறது.

***

தாத்தாவின் வெயில்

சுகாதார பணியாளர்கள் பின்னிரவில் பெருக்கிய
நகரத்து நீண்ட சாலையில் கடுமையான
வெயில் காலத்தில்
திடீரென்று ஒரு மாம்பழத் தாத்தா தோன்றி
மஞ்சள் பழங்களை தள்ளுவண்டியில்
அடுக்கியிருந்தார்.

இதுவரை எங்கிருந்தார்
எந்தத் தொழில்
அவர் கஞ்சியில் விரல் நனைக்க வாய்த்திருந்தது
தெரியவில்லை.

தலையில் எண்ணெயில்லை
கண்ணில் பசியிருந்தது.

பழங்கள் குழந்தைகளுக்கு
வேண்டுமென்றேன்.

குடுங்க சாமி
சுத்தமானது என்றார்

ஒவ்வொரு பழமும் வெயிலை உண்டு
வெயிலாக இளஞ்சூட்டில் இருந்தன.
ஒவ்வொரு வெயிலாக எடுத்து
எடை போட்டு

மொத்த வெயிலையும்
பையில் போட்டுத் தந்தார்

கூடுதலாக
ஒரு வெயிலை எடுத்து
தனியாகத் தந்தார்.

                 (சொக்கலிங்க பாகவதர் தாத்தாவுக்கு)

***

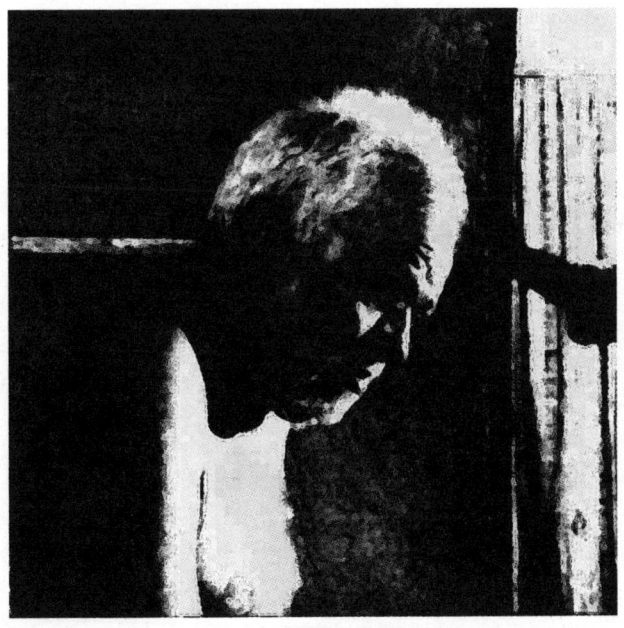

கொல்லப்படுவதற்கு முன்

வஞ்சகம் இம்முறை செந்நாய்போல
குனிந்தபடி வந்து சூழ்ந்துவிட்டது,

சிங்கம் கர்ஜிப்பது பயமெனப்படுமெனில்
செந்நாயின் சீற்றம்
பலியின் ருசி

இனி குத்திய செம்பாறை
மீதேறி சிங்கம் நிற்க வேண்டும்

மேலேறும் ஒவ்வொரு செந்நாயாக
வேட்டையாட வேண்டியது
காட்டு ராஜாவின் சமயோசிதம்
அன்றில் உயரத்தில் சாவு
சாவுக்கு முன் மீண்டும் ஒரு கர்ஜனை
அது ராஜாவின் சாவை புகழில் சேர்க்கும்.

***

பூனையின் பூனைகள்

சொந்த வீடற்றவனுக்கு
அடைக்கல உயிர்களும் சொந்தமில்லை,
சொந்த ஊர் என்று எதுவுமில்லை.

வயிறு நிறைய
பால் தந்து
நகரின் ஏதோ ஒரு தெருவில்
இறக்கிவிட்ட கணத்தில்
வளர்த்த பூனை ஒன்று
புரியாமல் ஒரு பார்வை பார்த்தது என்னை.

கண்ணீரோடு காத்திருக்கும் ஜீவன்களுக்கு
பதில் சொல்ல
மன்னிப்பின் சொற்களை சுமந்தபடி
அன்பழிந்த மிருகமாக திரும்பிப் பாராமல் போகும்
என் பின்னே அப்பூனை வரவில்லை,

இவ்வுலகில் எவருக்கும் புரியாமல் போன
அந்தப் பார்வை மட்டும்
பின்தொடர்ந்து வந்தது.

***

உருத்தானள்

கறிவேப்பிலை
புளித்துவையல் கிண்ணத்துடன்
முள் செத்தை காட்டு வழி
நிரம்பிய மதுக்கோப்பை தளும்பும்
உயர்மாடிக் குடியிருப்புக்கு
நள்ளிரவில் செல்வி வந்துவிட்டாள்.

வறுத்த மிளகாய்
வத்தல் கூடவே மணக்கிறது

ஜன்னல் படபடக்கவில்லை
திரைச் சீலைகள்
காற்றில் அசையவில்லை.

செல்வி வாசல் படியில் நிற்கிறேன்
துவையல் மணம்
உன்னைச் சேரவில்லையா என்கிறாள்
மறைந்தும் பல வருடங்கள் கழித்து,
You are Bipolar என்றாள்,
You are a poet master என்றாள்.

நானோ உருவமற்ற
அவள் கழுத்தின்
தழும்பை முத்தமிடுகிறேன்.

***

நாட்டு நாய்களின் குரல்

நாய்போல் நாளும் குரைக்க
ஒரு நாய்க்கு வரவில்லை
நாய்க்கு இயல்பில் சினத்தில்
குரைப்பு உண்டெனினும்
துரித கவனம் பெற
வெளிநாட்டு நாயின் குரலில்
கூவி குரைத்து
தன் குரைப்பு மறந்துவிட்டது
உள்ளூர் நாய்க்கு.

நாய்கள் ஜாக்கிரதை
நாய்களைப்போல
குரைப்பில் மயங்கி
தெருவில் அலைந்த
நாய்கள் கெட்டுப்போய்விட்டன.

திருடனுக்கும்
குரைப்பில்லை
எந்த போலீசுக்கும்
அசைவில்லை
நள்ளிரவில் கூட்டமாக
பாலின ஈர்ப்பின்
செழிப்புக்குப்
பஞ்சமில்லை.

நகராட்சி ஒரு நாளும்
வெளிநாட்டு நாயைத் தொட்டதுகூட இல்லை.

உள்ளூர் நாயின் பலிக்கு
ஒரு நாயும் குரைப்பதும்
இல்லை.

***

கைதி

ஒரு குருவி
உச்சாணியில் முட்டை இட்டு
பத்து நிமிடத்துக்கு ஒருமுறை வந்து வட்டமிட்டு செல்கிறது
தன் கூட்டை.

சிறைக் கூடத்தை விட்டு தப்பிக்க
இந்த ஒரு காரணம்
போதும் அவனுக்கு.

உயரத்தில் மரக்கிளையிலிருக்கும்
குருவிக்கு நள்ளிரவில் கேட்கும்
சன்னமாக
அவனின் அழுகுரல்.

விழிக்கிறது
பின் கால் பரப்பி
முட்டைகளுக்கு அடர் உஷ்ணத்துக்கு
வயிறை பரப்பிக்கொள்கிறது.

***

முயற்சி

எவரும் தராத வாழும் விருப்பத்தை
ஆளற்ற
பச்சை அப்பிய அத்துவானத்தின்
மௌனம் தருகிறது.

***

அம்மத்தாவின் அம்மா

ஆண் துணையின்றி ஒரு சந்ததி தூக்கி
கரை சேர் என்பதற்கு
மீசை தனக்கு கடவுள் அரும்பச் செய்ததாக
தாயின் தாயின் தாய் சொன்னபோது
நான் உலகை கவனிக்கும்
உயரம் வளர்ந்திருந்தேன்.

அவள் பெயர் தெரியாது
108 வயதில் இவ்வுலகம் விட்டு நீத்தாள்.

பாட்டியின் அன்னை
அதுதான் தெரியும்
அவ்வளவுதான் எங்கள் வரலாறு.

* * *

வாழ்வு

சூரிய ஒளி
இலைகளில் விழுந்ததை
புள்ளிப் புள்ளியாகத் தொடர்ந்ததில்
பிரபஞ்ச ஆச்சர்யம் ஒன்று
பளிச்சிட்டது.

கசந்த வேம்பின் கிளையில்
ஒரு தேன் ராட்டு.

***

துணை

சொட்டு நீருக்கு வழியில்லை
வெக்கையில் மிதந்தலையும் காட்டில்
ஒரு தவளையின் தரிசனம் கண்டேன்.

நிலத்தில் நீரில்
உயிர் தரிக்கும் உயிரினம் எனினும்,
நீர் சுகம்
நிலத்தில் இருக்காது அறிவேன்.

தவளைகள் தாகத்தில்
செத்த கதையுள்ள நாட்டில்
எதையோ எங்கேயோ
தேடிச் செல்கிறது
இச்சிறு தவளை.

மழை வலுத்து
நீர் நிலைகள் பெருகி
சுக வாழ்வு கிடைத்துவிடுமென்ற
காலத்தின் நம்பிக்கை
இவ்வுயிரை சாகவிடாது
என்றே நினைக்கிறேன்.

பெரும் அமைதியுடன்
செல்லும் தவளைக்கு
என் எண்ணங்கள் வழித்துணையாக போய் சேருமென
நம்புகிறேன்.

***

பிள்ளையார் பூ

எருக்களம் பூ
காரணப் பெயரோ
இயற்பெயரோ...
முட்டினால் வெடிக்கும்
சத்தங்களில் இசையுண்டு
ஒடித்தால்
பெருகும் பாலுண்டு.

கருவேல முள்
தைத்த பாதக் குழிக்குள்
நிரம்பும் அதன் பால்
நிரப்பியவள் எங்கூர்
மோர்க்கிழவி.

பிள்ளையார் சதுர்த்தியில்
சிறுவனாக
விற்று இருக்கிறேன்.

ஓணான் காட்டிலும்
செங்காட்டு பொட்டலிலும்
ஏனோ என் நெஞ்சில் இன்னமும்
பூத்திருக்கிறது வாசனையற்ற
எளிதான இப்பூக்கள்.

***

தாவர அக்கா

கறிவேப்பிலைகள்
பூச்சி விழுந்து
உதிர்ந்ததில்லை.

சிறு புழு ஊர்ந்த
தடம் கண்டதில்லை.

மரத்தின்
நறுமணம் எப்பசியும் அடங்கும்.

பழைய சோற்றுக்கு
பட்டை மிளகாய்
புளி சேர்ந்து அரைத்து வைத்தால்
அண்டா சோறும் தாங்காது.

செம்பருத்தி, நெல்லி
சுண்டைக்காயோடு
செழிப்புடன் எப்போதும் நிற்கும்
கறிவேப்பிலை இளமரம்
கருத்தத் தேகத்தோடு காட்சி தரும்
அக்கா.

எல்லோரும் அதை வளர்ப்பதில்லை
எல்லா இடங்களிலும்
அது வளர்வதில்லை.

***

அன்பின் வகை

ஒருவன் கதவைத் தட்டுகிறான்
அவள் திறக்கவில்லை
ஒருவன் தட்டவில்லை
அவள் திறந்துவிட்டாள்.

தட்டாதவனின் நிதானம்
அவளுக்குப் பிடித்திருக்கிறது.
தட்டுகிறவனின் அவகாசம்
அவளை அச்சமூட்டுகிறது.

தட்டாதவர்களின் உலகில்
அன்பு நிறைந்திருக்கிறது.
தட்டுகிறவனின் வாழ்வில்
அன்பு மறுக்கப்பட்டிருக்கிறது.

***

பாடம்

அதோ வானத்தைப் பார்
அதோ அம்மா பறவை பார்
குழந்தை பார்த்தது.
பறவையும் தனித்துப் பறந்தது
ஒரு கவளம் ஏற்க
குழந்தைக்கு ஊட்ட தாய்க்கு விக்காது
உள் இறங்க உணவுக்கு
ஓர் உண்மை போதும்
இவ்வாழ்வுக்கு.

***

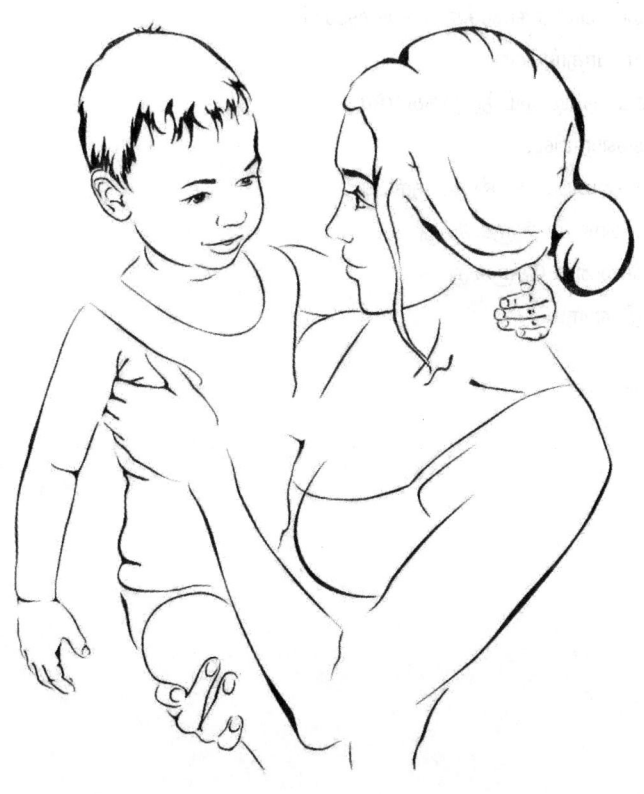

காத்திருக்கும் உனக்கு ஒரு நற்செய்தி

உறை பனிக்காலத்தில் அலையும்
உன் பாதங்கள்
இமை மூடி ஓய்ந்திருக்கட்டும்
அக்கரையில்,
இம் மையக் கடல் உருகவும்
ஒரு காலம் இருக்கிறது.
உன்னைச் சேருவது
நீந்தி வரும்.

***

75 | விகடன் பிரசுரம்

வாழ்த்து

இனிப்பு தரப்படும்
இவ்வுலகில் அதற்கு காரணங்கள் ஆயிரம் இருப்பினும்
எனக்கு அவ்வாறு வாய்த்தது
ஓர் அதிகாலையில்.

என்னை நம்பாத
எனக்கு பெண் சிசு ஒன்று பிறந்துவிட்டது.

காக்கைகள் கூட்டை விட்டு வெளியேறுவதற்கு
முன்பனிக்காலைதனில்
அரசு மருத்துவமனையில் எவரும் இல்லை
பழைய டப்பாவில் இருந்த
வெண்ணிற கற்கண்டு
இனிப்புகளை எடுத்துக்கொள்ள,

ஒரு சிலுவை இருந்தது
அரச மரமும் ஒரு பிள்ளையாரும் இருந்தார்
அவருக்கு கீழே எறும்புகள் இருந்தன.

வாழ்வின் முதல் இனிப்பை
அவ்வெறும்புகளுக்கு
வைத்தேன்.
எதிர்ப்பட்ட செவிலியர் ஒருவருக்கு
ஓடிச்சென்று தந்தேன்.

* * *

மான் சுவர்

ஒரு மான் நெடுஞ்சாலைக்கு வந்துவிட்டது
புள்ளி மான் உடம்பெல்லாம் ஓவியன் தொட்டதுபோல்
வெண்மைப் புள்ளிகள்.

நெளிந்துபோகும் தார்ச்சாலையில்
ஈரம் இல்லை
முகர்ந்துவிட்டு
திக்குத் தெரியாமல் நகரைப் பார்க்கிறது.

ஆதிகுடியின் கேசம்போல
சுருண்டிருக்கிற கொம்புகளோடு
நடைபாதை சுவரின் ஓரமாக ஓடுகிறது.

இச்சுவருக்கு அப்புறம்
காடு இருக்கிறது.

அது காட்டுக்குள்
போய்விடும் எனும் நம்பிக்கையின்
மிச்சத்தோடு
நானும் நடைபாதை சுவரின் ஓரமாக
திரும்பிக்கொண்டிருக்கிறேன்.

* * *

பார்வை

ஒரு பொட்டு இலையின்றி
உதிர்ந்த மரம்
பிரேதத்தின் விரித்த கை
வான் நோக்கிய காட்சியாக
ஒருவருக்குத் தெரியும்போது
அவர் யுத்த நாட்களில்
புலம்பெயர்ந்தவராக
பெரும்பாலும் இருக்கக்கூடும்,
அயல்தேச விமான நிலையத்தில் குடும்பத்தினர்
பாஸ்போர்ட்களை மொத்தமாகக் காட்டும்போது,
தான் தாங்கிய கூடுகளை
பரந்த வானின் வெயிலுக்கு
பசுமை இழந்த மரம் காட்டியதுபோலவும்
இருந்தது எனக்கு.

***

அம்மாவின் ஓவியம்

புகையும் நெருப்பும் மஞ்சள் பல்பின்
ஒளியில் நிறத்தீட்டலில்
சிந்தப்போகும் அரூபங்களின்
உருவ உணர்ச்சிகள்
நவீன ஓவியன் இன்றி
உருவாகி இருக்கும்
அடுக்களையில்,

கால் மடக்கி அமர்ந்திருக்கும் அம்மாவுக்கும்
எனக்கும் கண்ணீர் சுரக்கும்
அவ்வீடு இப்பவும் அப்படியே
இருக்கிறது.

"இருந்த காலத்தில பசியில்லை
இல்லாத காலத்தில
எம் பிள்ளை இங்க வந்து நிக்குதே" என்பாள்.

தலைகீழாக இட்லித் தட்டைச் சாய்த்து துணியை
எடுப்பாள்.
அம்மாவைப் பற்றி எழுதுகையில்
அவள் விரல் பதித்த
வெந்த இட்லியொன்று அழியாத ஓவியமாக
மனதில் இருக்கிறது.

***

வியாபார தர்மம்

நிறம் உருகும்
ஐஸ் குச்சிகளைத்
தரும் பிச்சை அண்ணன்
வகுப்பு நேரங்களில்
முதுகு தட்டி விரித்த துண்டில்
வண்டிக்குக் கீழே பகல் உறக்கமிடும்.
பிள்ளைகள் படிப்பில்
கவனம் உறைந்திருக்க
வகுப்பு நேரங்களில்
ஒருநாளும் கேட்டதில்லை
ஐஸ் விற்க
பெட்டியின் மூடி தட்டும் சத்தம்.

* * *

பயணக் குறிப்பு

ஆகாரம் சுமந்து
வரிசையாகப் போகின்ற எறும்புகளுக்கு
பாறையில் ஒரு நிழல் கோடு
வழியாகும்
சுமையின் அன்புக்கு
மண் துவாரம் விழித்திருக்கும்.

* * *

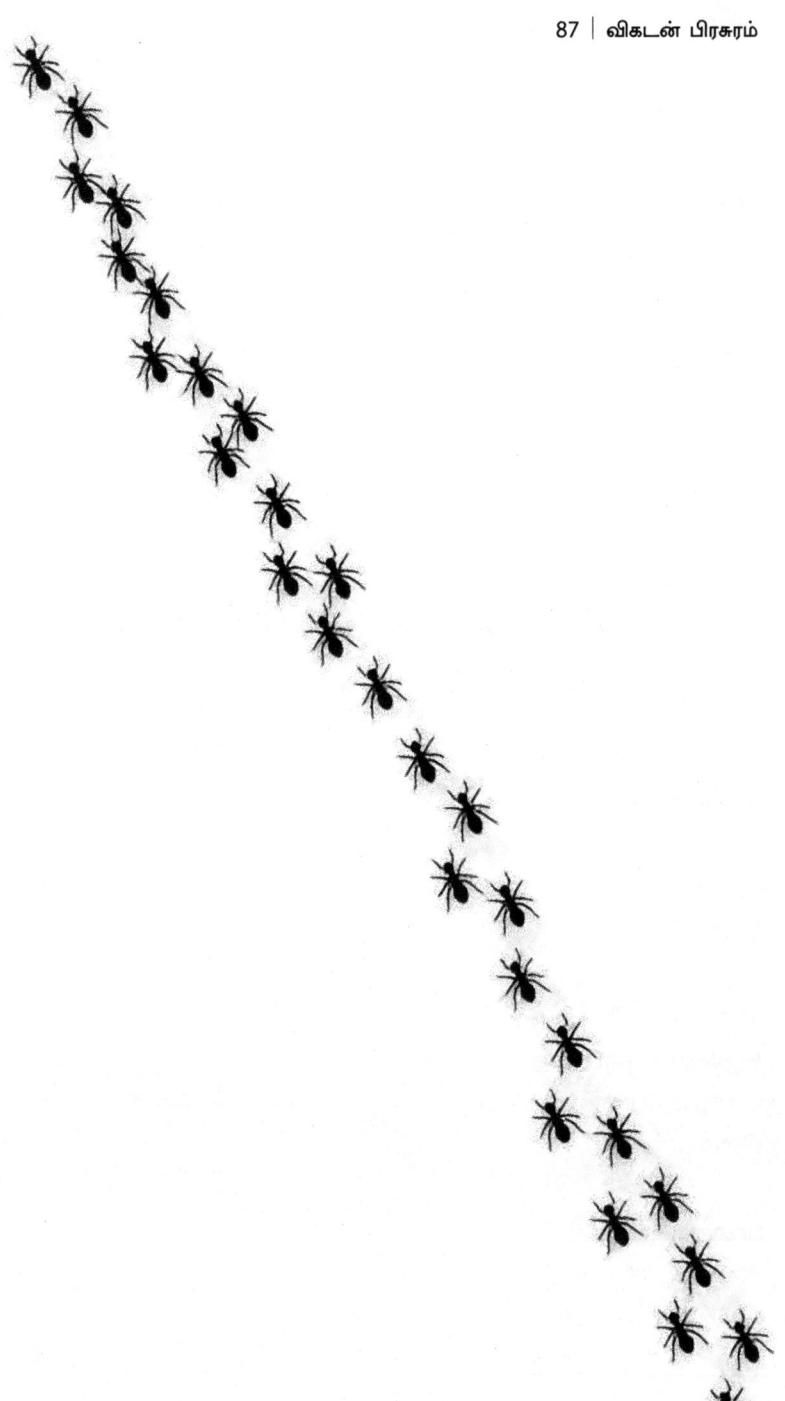

சேவக்கதை

கருதுக்குள்ள
அடைஞ்ச ஜோடிக
தெற்கு மேற்கு தெரியாம
ஆளுக்கொரு திசயில
பதறி எழுந்து ஓடுதுக

தூக்கு வாளி ஒன்னு
டவுசர்ல தூங்குற பம்பரத்த உரசிகிட்டே ஓடுது
கிழவன் ஓடுறான்
மாட்ட அவுக்க
முக்கு ரோட்டு பஸ்ச பிடிக்க
ஓடுராப்ள வாத்தியாரு

திறந்ததும் பஞ்சாரக்கோழிக வெளியே
ஓடுதுக

போன் வெளிச்சத்துல
கருவேலக் காட்டுக்கு
வேகமா போகுதுக
பிள்ளைங்க,

பால்கார மாமா
கேனோட அழுத்திகிட்டு
கிளம்பிடாப்ள

தேங்கா எண்ணைய உண்டன
தேச்சுகிட்டு ஓடுறான் சித்தாளு

கருப்பையா கோயில்ல தலையில்லாம
குதிக்கப் போறது முன்கூட்டியே
தெரிஞ்சுச்சான்னு தெரியல

பொழுது விடிய கூவி
எல்லாரையும் ஓடவிடுது
தாய் கிராம சேவலு.

* * *

அம்மாவின் தாய்

ஒசரத்துல இருக்கு
இளநீ நெத்தாகி
உதிருது மண்ணுக்கு
ஒசரம்னு ஒன்னுமில்ல
உடைஞ்சுருச்சுனா
கண்ணாடி பீங்கான்,

இருக்கிற வரை நல்லத செய்ப்பா
அதுகூட வரும்
வந்தவனுக்கு இலைய போடு
வரப்போறவனுக்கு உலைய போடு
என்ற என் பாட்டிதான்,
எழுதப் படிக்க தெரியாமலே
102 வயதில்
மறைந்தும் மறையாத
பெருங்கவி எனக்கு.

***

இருப்பதும் இல்லாததும்

முன்னாள் நிலவு உண்டு
முன்னாள் மழையுண்டு
முன்னாள் மனைவியுண்டு
முன்னாள் தோழி உண்டு
முன்னாள் காதலியுண்டு
முன்னாள் கணவன் உண்டு
முன்னாள் பதவிகள் உண்டு
முன்னாள் முதலாளி தொழிலாளி உண்டு
முன்னாள் மாணவன் உண்டு
முன்னாள் நண்பன் உண்டு
முன்னாள் எதிரி உண்டு

முன்னாள் அண்ணன், தம்பி இல்லை
முன்னாள் தங்கை இல்லை
முன்னாள் தாய் இல்லை முன்னாள் தந்தையில்லை
முன்னாள் மகன், மகள் இல்லை
முன்னாள் குரு இல்லை

கவிதைக்கு முன்னாள் என்று
ஒரு நாள் உண்டு
கவிஞனுக்கு மட்டும் முன்னாள் என்று
எவ்வுறவும் இல்லை,
லோகத்தில் முன்னாள் கவியென
எப்பாலிலும் இல்லை.
முன்னாள் காதல் என்று எதுவும்
இல்லவே இல்லை.

***

அமைதியின் கனவு

நேற்றிலிருந்து அமைதியின்
கவனத்தோடு நீர் அருந்தும்
மான் கனவில் வருகிறது,

மான் நீர் அருந்தி
மெதுவாகக் குளிர்ந்து போகவேண்டும்
மான் நெருக்கமாக இறங்கி வந்து அருந்துகிறது.

மானுக்கு மடி திறந்திருக்கும்
இவ்வேளையில் ஓடையில்
அமைதி திடுக்கிடாவண்ணம்
எதுவும் நிகழ்ந்துவிடக்கூடாது.

மேலும் ஒரு குட்டி மான்
அருகில் வருகிறது.

* * *

உடன் வரும்

சமாளித்துக்கொண்டே
போராடுவதுதான்டா வாழ்க்கை,
களத்தை விட்டுத்
திரும்பாதே மகனேயென்று
தன் பிள்ளையின் துயர்மிகுந்த
காலத்தில் செருப்பின்றி
தார்ச் சாலைதனில்
உச்சி வெயிலில் செந்தில்நாதன்
வேல் இருக்கும் திசை நோக்கி
ஓடிய ஒரு தாயின்
பாதங்களின் வைராக்கியமே
இதைச் சொன்னது.

***

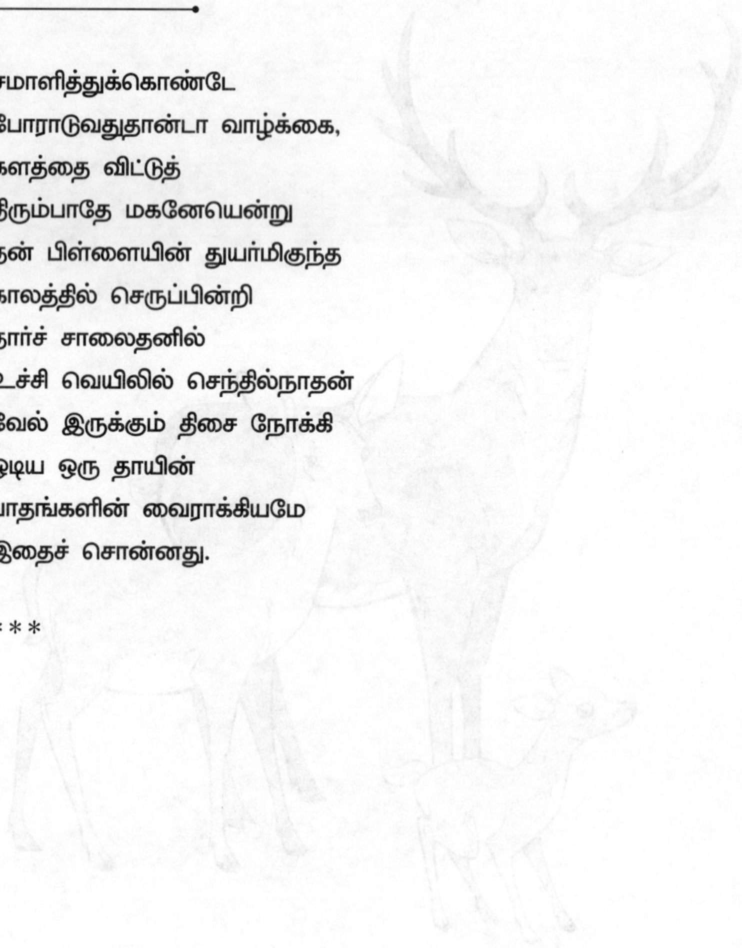

தனித்த பிச்சிப் பூ

நீ
7-வது குறுக்குத் தெரு,
அத்தெருவில் கொடியில் உலர்ந்த
சிவப்பு தாவணியும்
அப்படியே நினைவில் ஒரு பிச்சிப் பூவும்
இருக்கிறது.

நீ அழகி
இதைச் சொல்லத் தெரியவில்லை
அவ்வயதில்
உன்னைப் பார்க்காமல் இருக்க முடியவில்லை
என்னால்,

பின் தலையில் சூடியிருந்த
பிச்சிப் பூ முன் விழுந்திருந்தது,

ஒரு பிச்சிப் பூவாக
அதன் மணமாக அப்படியே இருக்கிறது
நீ மலர்ந்த காலம்.

ஒரு பிச்சிப் பூ போதும் நீ என்னைச் சேர
எவ்வுலகில் இருந்தாலும்.

***

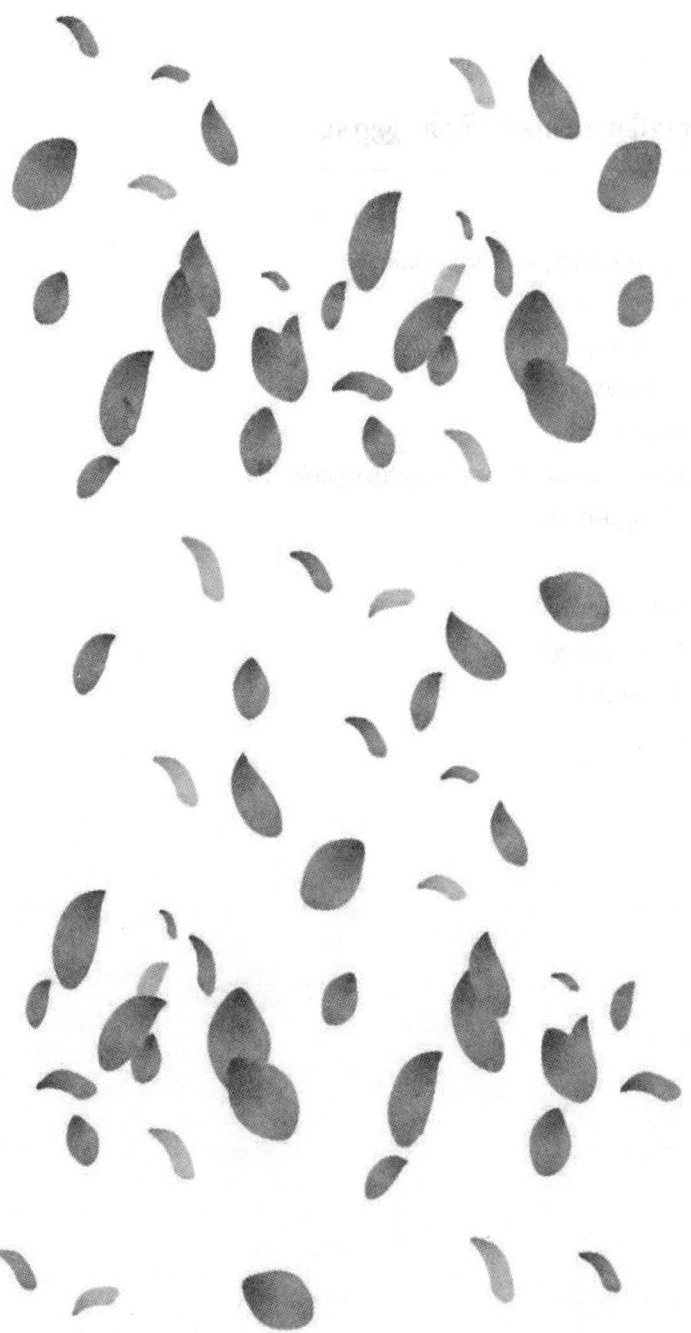

குடிநோயாளியின் இரவு

பின்தொடர்ந்து வருகிறார்கள்
ஒரு தாயோ
தங்கையோ
மனைவியோ
மகளோ
காப்பவர்களை அடிக்க விரட்டுகிறான்
தடுமாறுகிறான்.

சத்தமாகப் பேசி
நிதானத்துக்குத்
திருப்புகிறார்
தந்தை.

* * *

தந்தையின் உலகம்

இருந்தும் இல்லாது இருக்கும் ஒரு வாழ்வை பழக்குவது
உண்மையின் கண்நிலை

திகைத்துப் போய்விடாது எதிர்கொள்ளவே இனிப்புகளும்
பழங்களும் வாங்கி வராது
திரும்பும் நாளில் ஏமாற்றங்களைக் கொண்டு வந்தேன்.

பிரியங்களின் கண்ணீர் உருகாமல்
சிமெண்ட் பூசிய முகத்தோடு வாசலில் நின்றேன்.
ஊட்டவில்லை
உண்ணச் சொன்னேன்.

புத்தக மூட்டைச் சுமக்கவில்லை
வாழ்வின் சுமை
கடினத்துக்கு சுமக்கவிட்டேன்.

பிறந்த நாளில் தாமதமாக வந்தேன்.
உறங்கிய பிறகு வந்து
விழிக்கும்முன் சென்றேன்.

இருந்து காட்டும்
அன்பு இல்லாத
காலத்தின் தடை நோய்.
ஏக்கமின்றி
தைரிய சாலையில்
தனி ஒரு உயிராக
இலக்கைச் சென்று சேரவேண்டும்.

இல்லாது இருந்தாலும்
உடன் இருப்பேன்

இருக்கும் காலத்தைப்போல
ஒவ்வொரு நொடியும் துணையிருப்பேன்.

பாதை தெரிந்துவிட்டால்
என் கண்களை
அள்ளித் தந்து இருளில் மறைவேன்.

சிறிது இருக்கும் காலத்தில்
இல்லை என்று சொல்ல
நான் இல்லை

இருப்பதை அறிந்து செயல்புரியவே
எதிரில் ஒளியாகி இருப்பேன்.
நான் பெற்ற மக்களே.

***

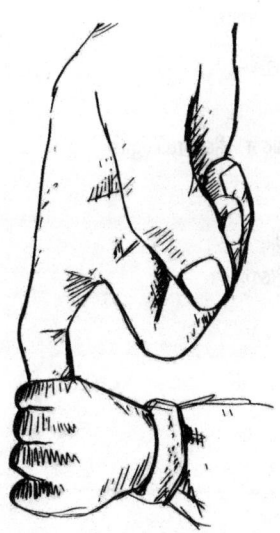

கருத்தவள்

குளத்தில்
உடல் குளித்த கவிதையிலும்
கதையின் இருண்மை
நீரோட்டத் திசையிலும்
வயக்காட்டுப் பொம்மையின் தலையிலும்
பேரமைதியான
இருள்கூறும் மொழியிலும்
கூந்தல் மைய வேரிலும்
குயில் கூவும் ஒலியிலும்
கோயில் உள்பிராகார வெளியிலும்
சிறுதெய்வ சிலையின் தோளிலும்
வெளிச்சம் உட்புகாத
வனங்களின் தனிமையிலும்
மாலைச்சூரியன் நெஞ்சில் விழ
முதுகில் பதுங்கும் நயத்திலும்
அணைக்கப்பட்ட
தொலைக்காட்சிப் பெட்டியின் திரையிலும்

கொடிக்காயின் விதையிலும்
நான் இயங்கும் பெரிய திரை

புறக்கணித்தே வரும்
கரிய நிறத்தவள்
கருமை தரித்தவள்
கருத்த காம்பில்
சுரக்கும் வெள்ளைப் பாலெனச் சிரித்தாள்
நெஞ்சில் உதிரும் ஆண் என்ற சாம்பல்.

(அமரர் பாலுமகேந்திராவுக்கு...)

***

கோயில் யானையின் சிறுவன்

அதன் சாணத்தின்
மீதேறி மிதிக்கையில்
பாதங்களின் அச்சுப் பதிவதும்
அரைத்த மரக்கூழின்
வெளிர் பச்சை நிறத்தின் இளஞ்சூடு இருப்பதும்
அன்றெனக்கு அவ்வளவு மகிழ்ச்சி
யானை போகும் வீதி,

பாகனின் சினேகிதன்
எவனும் என் கண்ணில் பட்டதில்லை
தனித்திருக்கிறான் பாகன்
தனித்த யானையுடன்
கட்டுக் கரும்பை சோகையுடன்
தின்றுவிடுகிறது,
கவளச் சோற்றுருண்டையை ஒரு வாயில்
விழுங்கிவிடுகிறது.
குளிப்பாட்டும்போது மல்லாந்து தூங்கும்
பெரிய உயிர்.

முடிவெட்டும்போது
தூங்குபவன் நான்.

ஒவ்வொரு சிறுவனும்
முடிவெட்டும்போதும்
ஒரு யானை குளிப்பாட்டப்படுகிறது
எனும் முடிவுக்கு வந்தேன்.

***

போரூர் கணேசன்

ஒவ்வொரு முறையும் அவன் உருண்டுவிடுகிறான்
ஓடும் மெட்ரோ ரயில் இருக்கையில்
கால் நீட்டி உறங்கி,
மாநகராட்சி சிமெண்ட் பெஞ்சில்,
மருத்துவமனைக் கட்டிலில்,
பேருந்தின் கடைசி சீட்டிலிருந்து
ஒவ்வொரு முறையும் நீருக்குள் நீந்தி
தொட்டிலில் தூங்கிய பிள்ளையைத் தேடும்போதும்
அவன் உருண்டுவிடுகிறான் அவன்
நண்பகலில் புகுந்துவிடுகிறது
நள்ளிரவு வெள்ளம்.

***

அம்மாசி மாமா

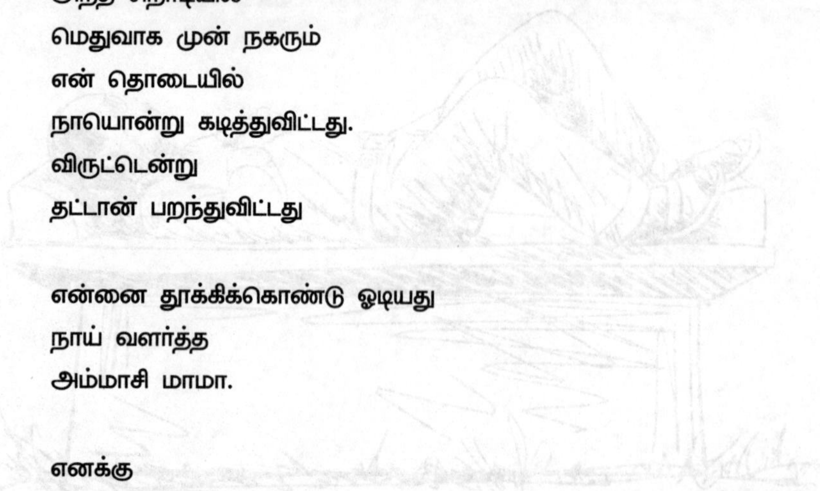

முள்ளில்
முள்வேலிக் கம்பியில்
தட்டான்கள் வந்தமரும்
அந்த நொடியில்
மெதுவாக முன் நகரும்
என் தொடையில்
நாயொன்று கடித்துவிட்டது.
விருட்டென்று
தட்டான் பறந்துவிட்டது

என்னை தூக்கிக்கொண்டு ஓடியது
நாய் வளர்த்த
அம்மாசி மாமா.

எனக்கு
தகப்பன் என்று சொல்லி
தொப்புளில் ஊசியிட்டு
பிண வாடை காட்டியது
அம்மாசி மாமா.

பின்னாளில்
நாயை கடப்பாரையால்
அடித்துக் கொன்றதும்

அம்மாசி மாமா.

கடப்பாரையை சுத்தமாக துடைத்து
வைத்திருப்பதும் அம்மாசி மாமா.

தெருவிலிருந்து
தூக்கிக்கொண்டு வந்து
ஒரு நாய்க் குட்டியை
வளர்க்கத் தொடங்கியதும்
அம்மாசி மாமா.

***

கிராம / நகர மனிதம்

ஈசல் பிடிக்கும் சிறுவன்
வெக்கையின் உள்ளங்கையில் சொம்போடு ஓடுகிறான்
தாகத்தோடு நிற்கும்
எவருக்கோ தர

விழுந்த மாட்டை
இளந்தாரிகள் கயிறு கட்டி
கிணற்றுக்கு வெளியே இழுக்கின்றனர்.

நாற்று பாவில் மயங்கிய
செல்லத் தாயை
ஆஸ்பத்திரிக்கு கூட்டிப் போக
பள்ளியை விட்டு
உடன் வரும் ஒரு சிறுவன் இருக்கிறான்.

ரோட்டில் அடிபட்டால்
தூக்கிக்கொண்டு
ஆஸ்பத்திரி போக
ஜனமே முண்டுகிறது.

கிராமத்திலும்
நகரத்திலும்

எங்கிருந்தும்
வருவார்கள்
எதற்கும் துணை இருப்பார்கள்

பிறருக்குத் தரும் நேரத்தை
கணக்கில் சேர்க்காதவர்கள்
தனக்கும் சேர்க்காதவர்கள்.

***

நான்

ஆளற்ற வீடு அச்சம்
அடுப்படி அச்சம்
கல் சந்துகள் அச்சம்
அடுத்த தெரு மகா அச்சம்

அச்சம் தரும் தனிமை அச்சம்
அச்சம் தரும் சிலைகள்
அச்சம் தரும் உள்பிராகார இருள்

தலைகீழ் தொங்கும் வவ்வால் வாழ்வு
அச்சம் அச்சம்
பலமான அச்சம்.

தாய் மீனாட்சி வளர்த்த
யானையின் சவாரி
அச்சம் நீக்கிய வெளிச்சம்.

நான்
கோயில் யானையின் சிறுவன்.

***

மீனாட்சி யானை

கண்ணாமூச்சு விளையாட்டில் ஒளிந்த இடத்தில்
நிழல் நீரில் கருப்பு சோகையை
ஓர் உயிர் தின்பதையும்
அவளுக்கு மீனா என்ற மீனாட்சி
எனும் பெயர் இருப்பதையும் அறிந்தேன்.

மீனா தன் துதிக்கையில்
ஆட்டி அழைப்பது
கரும்பு சோகை
உனக்கும் வேணுமா என்பதுபோல
இருந்தது.

நாயணக்காரர் பார்த்த சாட்சியாக
இன்னமும் இருக்கிறார்
வடக்கு கோபுரத்தில் சிலையாக.

***

ஆடு ஜீவிதம்

உங்கள் ஆடு உள்ளூரில்
பனி விழுந்த இளங்காலை
புற்களை மேய்கின்றன

அதன் ஆரோக்கியமான இறைச்சிக்கு
வெளிநாட்டில்
பார்வையற்ற கிழவன் ஒருவன்
மது விடுதியில் உட்கார்ந்திருக்கிறான்.

இரண்டு முறை தன் இறைச்சிக்கு
மேசையைத் தட்டிவிட்டான் கிழவன்.

காலனி வழியே
சைக்கிளில்
உரித்து கட்டப்பட்டு
விமான நிலையம் நோக்கிப் போகின்றன
ஆடுகளின் ஜீவிதம்.

மேய்ப்பவளுக்கு
உடம்பு சரியில்லை
அவள் எடுக்காமல்
காய்ந்தபடியிருக்கிறது
தாவணி.

***

காலனி எலி

ஒவ்வொருவரும்
உடனே எடுப்பதில்லை
தன் ஆயுதத்தை

வழிப்பறி சந்திப்பில்
மிருக தடயம் காண்கையில்
உயிருக்கு நிகரான
துரோகக் காட்சியில்
ஆத்திரத்தில்
இப்படி பல காரணம்
ஒரு சிலருக்கு
தொழில்
கொலைக்கும்கூட

பன்னாட்டு ஆயுதம்
பெரும் கருணையின்
வடிவில் வருகிறது.

அவர் நாட்டில் அழித்தொழிப்பில்
விஷம் தின்ன எலி
கருப்பாயூரணி கம்மாயில்
மிதக்கிறது.

* * *

121 | விகடன் பிரசுரம்

உயிரியல் இயக்கம்

யாரோ மீட்டுகின்றனர்
யாரோ தூசு துடைக்கின்றனர்
யாரோ கவனிக்கின்றனர்
யாரோ கவனிக்கவில்லை
யாரோ தொடுகின்றனர்
யாரோ தொட நினைக்கின்றனர்
யாரோ விலகிப் போகிறார்கள்
யாரோ நெருங்கி வருகின்றனர்
யாரோ புகழ்கின்றனர்
யாரோ விமர்சனம் செய்கின்றனர்
யாரோ அவதூறு செய்கின்றனர்
யாரோ காதலிக்கின்றனர்
யாரோ வெறுக்கின்றனர்
யாரோ வாழ்த்துகின்றனர்.
அதிர்ந்தபடி இருக்கிறது கலை வீட்டில்
ஒரு தம்புரா.

* * *

சமத்துவம்

ஒரு தீபத்தைக் கொண்டும்
மறு தீபம் ஏற்றலாம்
ஊதி அணைக்கத்தான்
மனிதன் தேவைப்படுகிறான்.

* * *

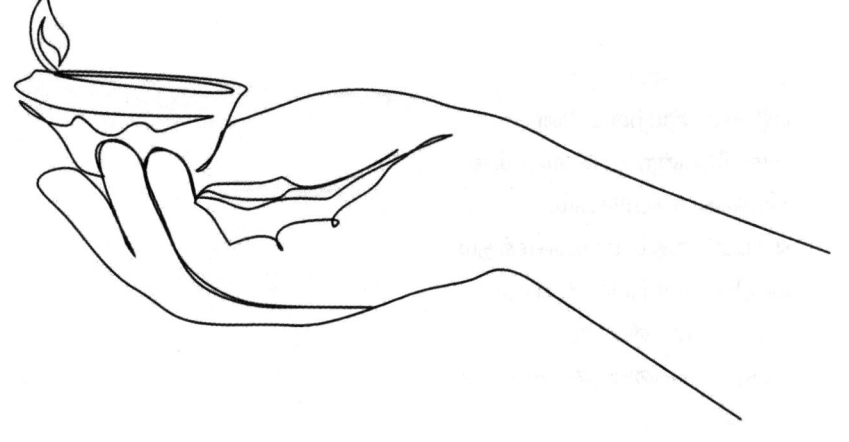

இயல்பின் மாற்றம்

சற்றுப் பெரிதான மர அணில்களும்
வான் விரிந்து அகன்ற இடுப்புடை மரங்களின்
ஆன்மாவும் அதன் கிளைகளில் வசிக்கும்
பறவைக் குடும்பங்களும்
நடுங்குகின்றன.

காட்டில் உண்டாகும்
புதிரான இயற்கையின்
அசரீரியென்ற பேரோசைக்கும்
ஊடுருவும் ஒளிக்கும்,
எரியப்போகும் மரங்களுக்கும்
மத்திம வெளியில் உலவும்
மிருகங்கள் விரைந்து
இருப்பிடங்களை சேர்கின்றன.

சன்னமான ஒலியில்
யாவரும் நலமா எனத்
தூரத்தில் கருங்குயில் ஒன்று
கேட்டவண்ணம் இருக்கிறது.

***

ஆற்றுப் பாலம்

ஆற்றின் குறுக்கே
ஒரு பாலத்தின் மீது நின்றது
என் முன் ஜென்மம்.
நீரில் மிதந்த
செத்த நினைவின் காதுகளை
அயிரைப் பொடிகள் தின்றன.
அப்பொழுது
உருவி எடுத்த கடுக்கன்
ஆழத்தில் போய் சேர்ந்துவிட்டது.

அன்று இப்பாலம்
இல்லை.

சிறுவர்கள் சைக்கிளில்
எனைக் கடந்து போகிறார்கள்
அவர்களுக்கு
என் கடுக்கன் பற்றித் தெரியாது
என் கதையும் புரியாது.

***

கவி மனம்

தனித்திருக்கும்
சந்தர்ப்பங்களில் கூட்டம்
நிரம்பியும்,
கூட்டத்தில் தனித்தும் சொல்லின் மிகையின்றி
வெயில்போல
வெயில் எழுதி
காட்சியின் வேர்ப் பாதை வழி
சென்ற என்னை,

தனிமையின்றி
நெருங்காமல்
நீ சென்றது கவிதை பிறந்து
கவிஞன் தோற்ற
திரை அகன்ற
காட்சியின் சுருக்கம்.

***

சோதனைகள் மூழ்கிவிடும்

மண்ணில் நீர் குழைத்து
செய்யும் பானைகள்
வெயிலில் உலரும் காலத்தில்
பொறுமையோடு இருப்பதுபோல
இருங்கள்.
ஓர் அதிகாலை
மணி அடித்து பிரார்த்தனை
தொடங்கும் நேரமதில் ஒரு காக்கை
நீர் அருந்த இறங்கிவரும்
உங்கள் எழுத்தில்
நன்றியின் முதல் சொல்
பாடத் தொடங்கும் அவ்வேளையில்
அதுவரை வெயிலில் உலர
ஒரு பானைக்கு அச்சரமிடுங்கள்
சிறு ஓய்வுக்குப் பின்
அவ்வேலையைத் தொடங்குங்கள்.
ஒரு படகு செய்பவருக்கு
அது மிதந்து செல்லும் நாள் உண்டு.
அந்நாளில் நாளில் சோதனைகள்
மூழ்கிவிடும்.

(அம்மாவுக்கு)

***

133 | விகடன் பிரசுரம்

நானும் ஒரு ஓவியரும்

பார்வை இழந்த
ஓவியரின்
வண்ணங்கள் அவர்
விரல்களில் இருந்தது.

அவர் அன்பின் பெருக்கில்
கன்னம் தட்டி
என் தலையில் கைவைத்து
உயிர் பிரகாசிக்கச் செய்த தருணத்தில்
இருளுக்கு வண்ணமிருப்பதையும்
அதன் ஆசிகள்
மேனியெங்கும் வியாபிப்பதையும்
நன்றி உணர்வுமிக்க
ஓர் ஓவியரின் வழியே
அவர் பாதம் தொட்ட எனக்கு,
சதா கர்ப்பக்கிரக இருளில்
வாழ்ந்துவரும் என் சந்ததி காக்கும் சிறுதெய்வம்
ஓர் அன்பின் நாளில் தந்தது.

* * *

காலம்

எதுவும்
போகும் காலத்தில் போகிறது
வரும் காலத்தில் வருகிறது
இருக்கும் காலத்தில் இருக்கிறது
அவ்வளவு அன்பு நிறைந்தது இப்பிரபஞ்சம்,
அவ்வளவு கொடியது இப்பிரபஞ்சம்.

* * *

ரிஷிமூலம்

ஊற்றின் நீர் மூலம் தேடியலைந்த
பால்யத்தின் நண்பகல்,
காணாமல் போன திசையில்
எந்த விலங்கும் தென்படாமல் தேன் சிட்டின்
தைரியத்தில் மலை முகடுகள் உள்நுழைந்து,
ஊருக்குப் போகும் நெடுஞ்சாலைதனில்
மீண்டும் இறங்கினேன்.
ஓர் கவிதையின் முதல் சொல்லுக்குப் பின்
நிகழ்ந்தேறும் அற்புதத்தையும்
நள்ளிரவில் ஊறும் ஊற்றையும்
காணமுடியாதென்றே எவரும் விளக்கவில்லை.

***

திசையைத் தேடி

ஒரு பழத்தோட்டத்துக்குப் பாயும் நினைவோடு
சிறிய தண்ணீர் போத்தல்கள் அவள் முந்தானையில்
விற்பனைக்கு சரிந்திருந்தன.
தம்பியைத் தூக்கி தெய்வத்தைக் காட்டும்
பெரிய அக்காபோல
ஓங்குதாங்காக இருந்தாள்.
தாகம் இருந்தாலும்
போத்தலைத் திறந்து குடிப்பதில்லை அவள்.
நெடுஞ்சாலையில்
ஒரு வெள்ளரி விற்கும் காதறுந்த கிழவியிடம்
ஏதோ பேசிக்கொண்டிருக்கிறாள்.
அவள் ரப்பர் செருப்பு பாதங்களுக்குக் கீழே
அவள் தாகத்தை நனைக்க முடியாத நெடுந்துயரில்
உப்புக்கடல் சேரும் நதியைப் பிடிக்கும் அவசரத்தில்
எங்கோ ஓடிக்கொண்டிருந்தது
செக்கானூரணி தென்கிழக்கு மலையில் ஊறிய சுனை.

***

செம்மை

ஓடைப் பிரிவைப்போல நெல் கழனி விட்டு
வெளியேறுவதுபோல
வெப்பம் கண்கள்வழி
வெளியேறுவது போல
என்னை விட்டு வெளியேறிவிடு
ஒரு பறவை அடைக்கப்பட்ட
கூண்டில் பதறக்கூடாது
கண்மணி.

* * *

நாள்

பின்தொடர்ந்து வருகிறது
ஒரு நாய்க்குட்டி
ஒருவர் வீட்டுக்குப் போகும் வரை...
பசித்த பாதையில்
மேகத்து நிழல் உடன் வருகிறது
வீடு வரை...
மழை நாளின் வெயில்போல
ஒரு நாள்
துணையாகிறது.

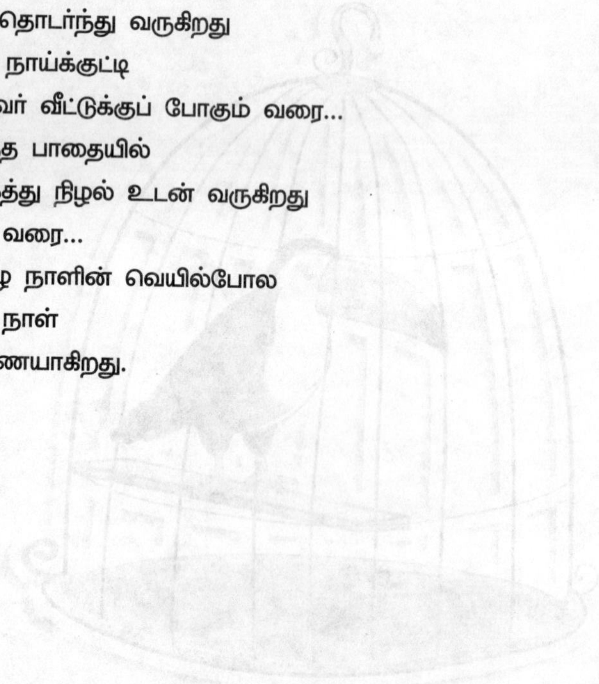

***

உண்மை

நெருக்கத்தில்
மேல் உதடு வைத்து
தாகம் கொண்ட மாடு தெளிந்த மேகங்களையும்
உறிஞ்சிக் குடித்துவிடும்,
ஒரு பறவை பொடிக்குஞ்சை தூக்க
நெருங்குகையில் கழுகாக
நீண்ட நகக் கால்களை நீட்டுகிறது
தூரம் கலங்கிய குளுதாணி நீர்,
உச்சியில் சிறகுகள் விரித்த
சாந்தப் பறவை.
நெருங்க நெருங்கத்தான்
எதற்கும் உருவாகிறது முகம்.

***

போர்

ஆகாயத் தரிசனமில்லை
ஒரு நாளும்,
நின்று நிதானித்து நிலவொளியில் குளிக்கவில்லை,
அடிப்பாதம் மண் துகள்கள்
தழுவி நெஞ்சம் சேராத
சமுத்திரக் காற்று அருகில் இருந்தும்,
சிரித்தபடி எம்.ஜி.ஆரின் கத்திச் சண்டையோடு
ஓயாத பெருவாழ்வு,
விளக்கில் எண்ணெய் குறைந்தாலும்
வெளிச்சமோ பிரகாசம்
இருள் நீண்ட உலகில்.

***

அலைகடல்

மணல் மணலாக இருந்தது
சிறு நண்டுகள்
அலையில் மூழ்கி ஊர்ந்தன
நான் சிறுவனாக இருந்தேன்.

அலை அலையாக
அடிப்பாதம் சறுக்கியது
வீடுகளின் வயிறைக்
கரைத்தது.
நான் சிறுவனாக இருந்தேன்.

கடல் கடலாக இருந்தது
நான் சிறுவனாக இருந்தேன்.
இப்பவும்
கடல் கடலாக இருக்கிறது
ஒரு சிறுவனுக்கு
காத்திருக்கிறது.

* * *

உள்வரும் பகை

அணைக்க வேண்டிய
அழைப்பின் நெருப்புக்
குரலை அணைக்க வழி தெரியாது
அணைத்து வைத்த செல்போனுக்குள்
ஒரு கடிகாரத்தின் நிமிட முள் துடிக்கிறது
எவருக்கும் தெரியாமல்.

* * *

மேக மகள்

அவள் மேகங்களுக்குப் பின்னால் ஓடினாள்
மேகங்கள் அவளைப் பின்தொடர்வதாக
திரும்பிப் பார்த்துக்கொண்டாள்.
குளத்தில் நின்ற மேகங்களில்
பூக்கள் பூத்திருப்பதைப் பார்த்தாள்.
வெண்மேகப் பூக்கள் என்றாள்.
சூழ்ந்த கருமேகங்களின் இளங்குளிர்
இறங்கி வரும்போது
நிதானமாக மிதிவண்டி மிதித்தாள்.
கனவுகளில் மேகங்கள்
திரண்டு மழையும் பொழிந்த இரவில்
தந்தை அழுவதையும்
தாய் கவலைகொள்வதையும் பார்த்தாள்.
பாட்டி கைப்பிடித்து ஒரு மூலையில்
அமரச்செய்த பின்
அவள் மேகங்கள் கலைந்தன.
வான் பார்க்கவே நேரமின்றிப்போன
அவளுக்கு
படித்து மேகங்களுக்கிடையில்
விமானத்தில் பறக்கும்
ஒரு மகள் பிறந்து வளர்ந்துவிட்டாள்.
ஒவ்வொரு பெண் மக்கள் கதைக்குள்ளும்
மேகங்கள் வந்துபோயிருந்தன.

***

நிலத்தைக் கேட்கும் ஆன்மாக்கள்

நிலத்தைக் கேட்கும் ஆன்மாக்களிடம் பேச
வெற்றிலையில் மை தடவினேன்.

குட்டையில் பெருகிய ஆன்மாக்களின் கண்ணீர்
குளத்திற்கு வந்தது,
நெடுஞ்சாலையில் ஒப்பாரி ஒப்பில் அதிர்ந்து
கம்மாயில் விழுந்து புரண்டது.

நீர் நிலைகளின் ஆன்மாக்கள் துணைக்கு வருமென
எதிர்பாராத இணைவு சக்திகள் ஒன்றுசேர
ஆற்றாமையின் கண்ணீர்
ஒன்றாகி இப்பெருநகர சாலைகளில்
வாகனங்களைப் புரட்டி ஓடும் உந்து மத
கேரளத்து யானையென ஓடின.

ஆதங்க வெப்பத்தில்
மகாசமுத்திரக் கரையில்
நின்றிருந்த தொப்புள் கொடி ஆன்மாக்களின் அலறல்
பெரும் அலைகளின் சப்தத்தை
ஒடுங்கச்செய்தன
தாய் நிலத்தைக் கேட்டு
அவை ஆர்ப்பரித்தபடி இருந்தன.

* * *

அங்கீகாரம்

அணைக்க இரு கைகள்
நீட்டி ஓடி வருகிறது
ஒரு குழந்தை,
எங்கிருந்து வருகிறது
என்பதையும்
அது ஓடி வரும் நடையை
கவனித்து
இம்மண்ணுக்குரிய
பரந்த மனப்பான்மையில்
அழுகையின் சத்தத்திற்குத்
திரும்பிப் பார்த்துவிட்டு
தான் எழுதப்போகும்
கவிதையை சிந்தனை செய்தபடி போனால்
நீயும் நவீன பண்டைய தமிழ் மரபில்
விளைந்த கவி.

* * *

தொண்டு

ஒருவரோடும் ஒருவர் சேர்வதில்லை
இருவரோடும் இல்லை
இல்லவே இல்லை
சேர்க்கப்படுவது நிகழ்கிறது,
நன்மைக்குத்
தக்கவாறு இணைப்பு உண்டாகிறது தாமாக,
அவ்விணைப்பு செயல்தன்மைக்கு
தக்க உருவம் வரைகிறது.

***

விண்ணப்பம்

ஒரு பூச்சி பறக்கிறது
அது குழந்தைக்கு
ஒரு இரை பறக்கிறது
அது பல்லிக்கு
குழந்தைக்கு
பறக்கும் பூச்சியை
பல்லிக்கு இரையாக்கிய வாழ்விடம்
எனக்கென்ன விண்ணப்பம்?
குழந்தையை காணச் செய்யாது
பறக்கும் இரையை
பல்லியின் பசியிடம்
விட்டு விடு.

***

பிரிவின் மயக்கம்

முரண் புள்ளியில்
நின்ற சமயம்
உனதழகு
மெருகேறியவண்ணம்
இருப்பதை உன்னிடம்
சொல்லத் தெரியவில்லை
அதற்குள் வெறுக்கத் தொடங்கிவிட்டாய்?
பலூன்காரன் காற்றை
எதிரியாக பாவிப்பதுபோல இருந்தது
உனது காரியம்.

* * *

165 | விகடன் பிரசுரம்

பிரபஞ்ச விதி

ஒரு கண்டம் அணையும்போது
ஒரு கண்டம் விடிகிறது

ஒரு பக்கம் உறங்கும் உயிர்கள்
ஒரு பக்கம் விழிக்கின்றன

சாந்தமும் கோபமும்
சுழலும் இயக்கமாகின்றன.

***

செய்

சொல்லாமல் ஓடிய
புத்தர்தான் ஓர் நாளில்
கயாவிற்கு
வந்தார்.

***

பொறுப்பு

உயர உயர
கிளர்ந்த மகிழ்ச்சியின்
உச்சத்திலிருந்து நூலை
திரும்பச் சுற்றத் தொடங்கும்
ஒரு சிறுவனது
பொறுப்பின் பாதை வழியே தரை இறங்கியது
சற்று முன்
ஆகாயத்தில் பறந்து
சுதந்திரத்தின் எல்லையை
உணர்ந்த பட்டம்.

***

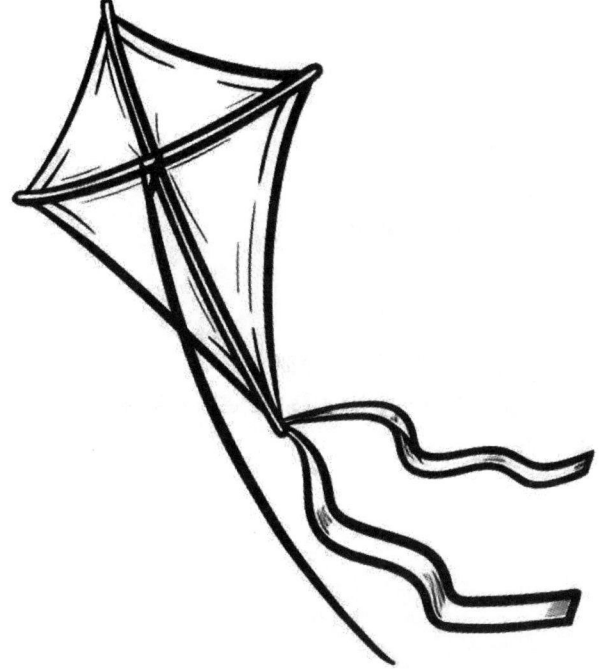

காட்டின் மனம்

இரண்டு மிருகங்கள்
மோதுகின்றன.

மோதலில்
ஒன்று கொல்லப்படலாம்,
ஒன்று சிறிது நாளில்
காயங்களுடன் இறக்க நேரலாம்,

நடக்கப்போகும் விபரீதத்திற்கும்
தனக்கும் சம்மந்தம் இல்லாவிடினும்
மரத்தை மேலும் கீழும் பதட்டத்தோடு அளக்கிறது
காட்டு அணில்.

***

சிரமமாக இருக்கிறது

என் வார்த்தைகளில்
உண்மை இருக்கிறது
நீ பல் துலக்கும் நேரத்தில்
எடுத்து வைப்பேன்

ஒரு புடவை சுற்றும்
கால அவகாசம் தந்து கேள்.

உன் மெத்தை விரிப்பை
மடிக்கும் நேரத்தில் புரியவைப்பேன்.
உன் மருதாணி காயும் அளவுக்கு
நேரத்தை எடுக்க மாட்டேன்.

மின்மினியின்
அந்தி நிமிடங்கள் போதும்
அதுவரை வெளியேறாமல் இரு.

***

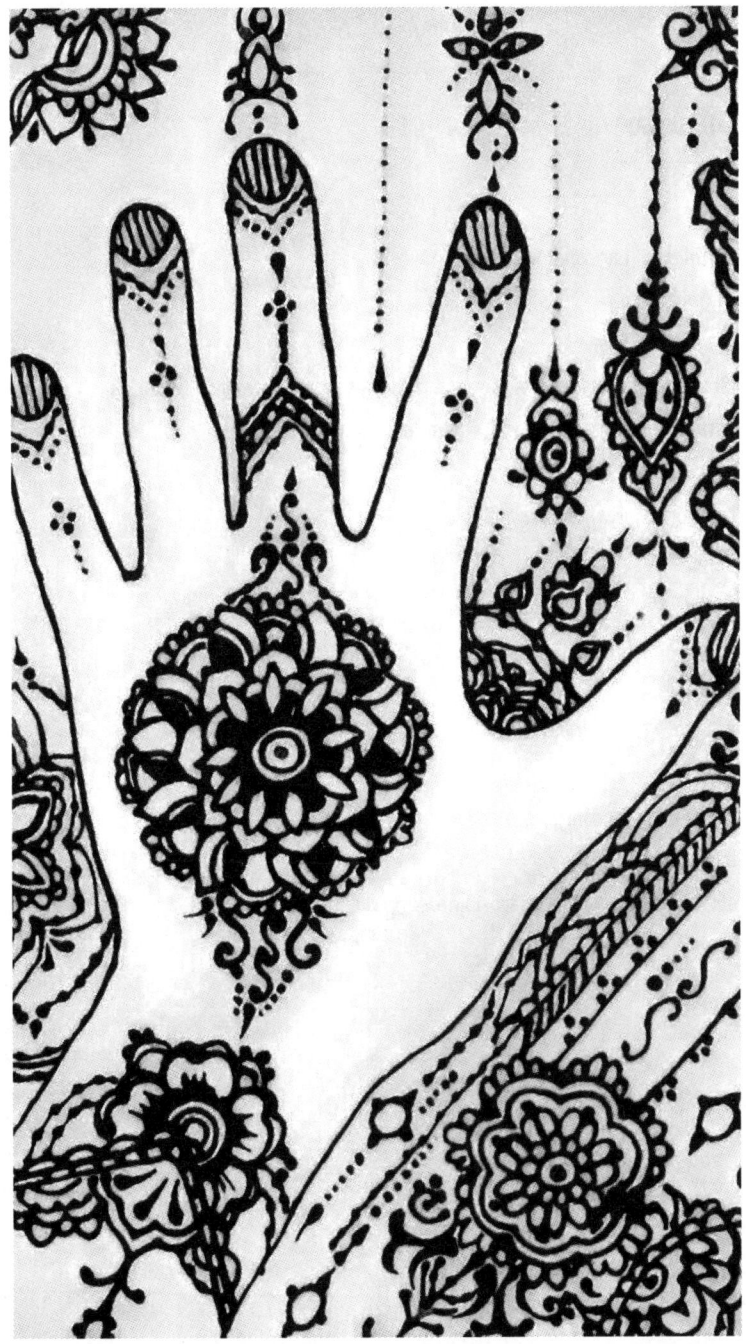

செயல்

பறக்கும் பறவை சத்தமற்ற
சிறகசைப்பு
செவிடனுக்கு,
பேச முடியாதவனுக்கு அதுவே தலையசைக்கும் மெட்டு
பார்வையற்றவனுக்கு இருளின் படபடப்பு.

எல்லாம் இருப்பவனுக்கு
அது
காக்கை
குயில்
குருவி
ஏதோ ஒரு பறவை.

காட்சிக்கு ஒன்று
காதுக்கு ஒன்று
விளக்கமிட ஒன்றென பறக்கிறது பறவை.

***

கானம்

எங்கிருந்து வருகின்றன
எப்படி திரும்பப் போகின்றன?
உள் நுழைந்து
வழியை முகரும் வெளிச்சம் எப்படிப் பெற்றன...
எங்கே அதன் இல்லம்?
மூடப்பட்ட இத்தெருவில்,

இனிப்பு எதுவென்று இன்றுவரை
தெரியவில்லை.
சுருதி கூட்டிய இலக்கியர்
தி.ஜா-வும் இங்கில்லை.

அல்லல் நாடிய வயதில்
தூரத் தொலைவு
இனிப்பு ருசி
நெளிந்து மறையும்
நாகத்தின் வேகம்.

இனிமை இருக்குமிடம் தேடுவற்கு
இனிப்பை தொலைத்த இவ்வாழ்வில்
கிடைத்த இடத்தை
கிடை நிலமாக்கும்
கூட்டமிருக்கும் இப்புவியில்

எவ்வாறு இவ்வெறும்புகள் அடைந்தும்
அடைந்து விடாது

வரிசையாக
இனிப்புகளோடு
வெளியேறுகின்றன.

* * *

சன்மார்க்கத் தாய்

சும்மா இருக்கவே முடியாத உலகில்
சும்மா இருத்தல் சுகம் என்றார்
தூண்டாமணி விளக்கென
நாள்தோறும் உயிர்களின்
பசிக்கு எரிந்தபடி இருக்கும் அணையா அடுப்புடன்
ஒரு வள்ளல்.

* * *

பிரார்த்தனைகள்

உனது பிரார்த்தனை
உனது பசி
உனது துயரம்
உனது மகிழ்ச்சி
உனது நன்றியின்
நோன்புக் கஞ்சி
உன் அன்பின் வெப்பம் தணிய
அருந்தவே காத்திருக்கிறேன்.

சங்கமக் கடல் உப்பிட்டு
எனக்கு வந்த கஞ்சிக்கலயம் வெறுமையாக
திருப்பி அனுப்ப விரும்பாமல்
ஏழுமலையானின் பெரிய லட்டு ஒன்றை அதில்
வைத்தாள் அம்மா.

உன் பிரார்த்தனை
வந்த கலயத்தில் ஒரு தாயின்
பிரார்த்தனையும் திரும்பி
வருகின்றது.

***

இரண்டு போதைகள்

பெருங் கரும்புக் காட்டை
அழிக்க ஒரு யானைக்கு
உள்ளூர் சாராயம் போதுமானது,
கடைசியில் நாற்புறமும் ஓடியது,
பெரிய அண்ணன்
முத்து மாமாபோல
பாட்டும் பாடிவிட்டது,

சிந்தனையில்
காடு எரியும்
ஒரு யானை எங்கும் ஓடவில்லை,
எவர் வந்தாலும் கவனிக்கவில்லை,
எவரிடமும் பேசவில்லை,
ஓரிடத்தில் நிக்கிறது
கஞ்சா குடிக்கி ராசுபோல பார்க்கிறது...

***

ஊசி

எனக்கு இன்பமெதற்கு,
உரியதைப்பெற
தெய்வத்தின் முன்
முறையிட்ட பிறகு,

எதைப்பற்றி எவர்க்கு அக்கறை,
மேஜை பூவும் குளத்தின் அன்பு
என்பார் நீதிக்கு வாரார்.

எல்லாவற்றையும் சகித்து
ஒரு எல்லைக்கு வந்தாயிற்று
துன்பத்தின் நுனிமுனை
நின்றாகிவிட்டது,

உறங்கவைப்பதில் ஏன்
அக்கறை?

செவிலியர் மருந்தூசிக்குப்
பிறகு நிறைந்த பானையில்
நீர் எடுத்து குடித்தது
போன்றதொரு நெகிழ்வு,

தூங்கிய பிறகு
எதுவும் நினைவில்லை.

* * *

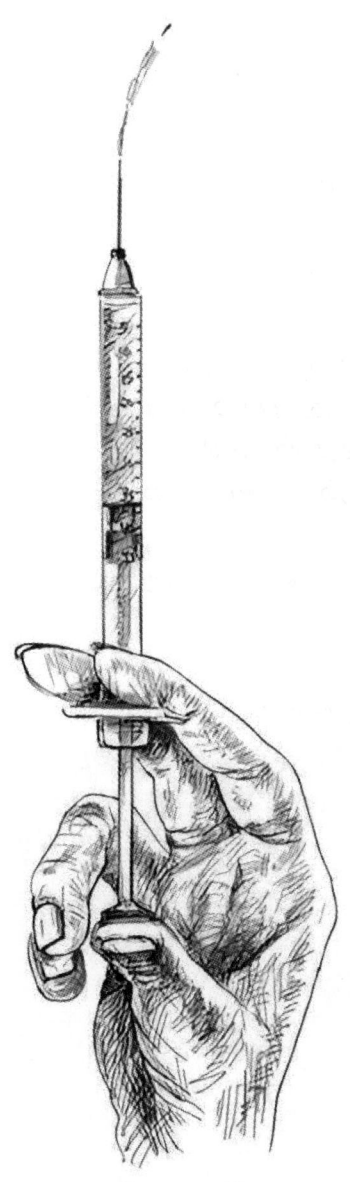

எவர்க்கும்

பெருமழையில்
சிக்குண்ட நகரம்போல
நீர் வடியும் வரை
பொறுமை காக்கும்நாய் போல

அழுதுகொண்டிருக்கும் குழந்தைக்கு நள்ளிரவில்
தந்தையின் முதுகுத் தட்டல்போல
சாலையில் நெருக்கம் நீங்கி
வெளிவரப்போகும் வாகனம்போல

புயல் ஓய்ந்த கடற்கரையில் அமர இடம் தேடும்
காகங்கள் போல

இயல்பு நிலை திரும்பும்
எவர்க்கும்
எதற்கும்
ஒரு நாள்
ஒரு கணம்.

***

அமைதிசூழ் உலகு

அது அது அதன் வேலையை
செய்கின்றன
அதற்குத் தக்கன
இருக்கின்றன.
தரையில் படுத்திருக்கின்றன
நாய்கள்,

பைத்தியக்காரனுக்கும்
தூக்கம் வந்துவிட்டது

தெருக்களில் வேறு
யாருமில்லை
ஏதோ ஒரு வீட்டில் அணைக்காமல் விட்ட
தொலைக்காட்சிப் பெட்டியில்
பாட்டு கசிகிறது,

ஒருவன் மட்டும்
இணைய வழிக்கடை
உணவுப் பையுடன்
அடுக்குமாடி வீட்டைப் பார்க்கிறான்.
ஒன்றும் நிகழவில்லை
இவ்விரவில்.

* * *

வாழ்வின் சேமிப்பு

ஏக்கர் நிலமும் கையகல பேப்பரில்
எவ்வளவு நகையும்
ஒரு நோட்டில் அடங்கி
விடுகிறது.

பீரோக்களுக்கும் திருடர்களுக்கும் தொடர்பு
சேமிப்பின் சிந்தனைக்குப் பிறந்தவை.

புத்தகங்கள் சேமிக்க
அநாதை விடுதிபோல
உண்டு நூலகங்கள்.

அங்கு விட்டுவிட எடுத்துக்கொண்டேன்
என்னிடம் உள்ள நூல்களை.

***

ஓய்வதில்லை ஓய்வில்லை

நீர் சூழ்ந்திருக்கிறது
நெருப்பு சூழ்ந்திருக்கிறது
வெறுப்பு சூழ்ந்திருக்கிறது
பகை சூழ்ந்திருக்கிறது
வன்மம் சூழ்ந்திருக்கிறது
அறப் பிறழ்வு சூழ்ந்திருக்கிறது
சமூக விரோதிகள் சூழ்ந்திருக்கின்றனர்.

ஒவ்வொன்றும்
சூழ்ந்த குடியிருப்புகளின்
மீதும் நெருங்கித்
தாழப் பறந்து செல்லும் விமானமும்
நிறைந்த கவிதைகளும்
ஓய்வின்றி உழைப்பதும்
அவசரமாகத் தேவைப்படுக்கின்றன.

***

உறவு

திரும்பத் திரும்ப
வெளியேறச் சொல்லும் உன்னிடம்,

நியதியுடன் வாழ தோற்றுக்கொண்டிருக்கும்
நான் சொல்ல ஒன்றிருக்கிறது.
நானும் திரும்பிப்போக
இடமில்லாமல் நிற்கவில்லை.

***

விகடன் பிரசுரம்

விடைபெறுவது

பிரிவுக்குச் சொற்கள் இல்லை.
பசியில் விழுங்கத் தவிக்கும்
குஞ்சுப் பறவைக்கு
எப்படி உள்ளிறங்குமோ
பெரிய பூச்சியின் உடல்.
அப்படியொரு கணத்தில்
வலியோடு நிகழ்ந்தேறும்.

* * *

விடை

வழியெங்கும்
அமர்ந்த கிளைக்கும்
அருந்திய குளத்துக்கும்
குறி தவறிய அம்புக்கும்
பெற்ற நன்மைக்கெல்லாம்
நன்றியை விதைத்த வண்ணம்
வந்திருக்கும் இப்பறவை
காயப்பட்டிருக்கிறது.

* * *

விண்ணப்பம்

கடைசி இலையையும் மலரென அருளி
பாதத்தில் நின்ற என் மீது
உதிர்க்கின்ற மரமே

விண்ணப்பத்தை நன்றியின்
பெருமிதத்தின் கையில் ஏந்தி
நீர் ஊற்றியவன் கேட்கிறேன்.
உயிரோடு இரு.

* * *

வீடடைதல்

ஆட்கொள்ளி
தொற்றுநோய்
நீங்கினும்

ரத்தத்தைச் சுண்டச் செய்யும்
வெயிலில் உன் பணிக்காகச்
செம்மையில்லாத் தார்ப்பாதை வழியே
இல்லம் சேர்ந்து,

தோள் பையைப்
பக்கவாட்டில் சாய்த்து

ஒரு குவளை நீரை
ஒரே மூச்சில் பருகி
சுவாரஸ்யமில்லாச் செய்தியொன்றை
நீ சொல்லத் தொடங்கும் தருணத்தில்
ஏனோ மனம் நிறைகிறது.

எப்படியோ
அமைதிபெறுகிறது இந்நாள்.

***

நிதர்சனம்

மறுத்தாலும் மறந்தாலும்
நீர் இன்றிப் போனாலும்
அசையும் வளரும்
உயிர் இருப்பின்
பெருகும்.

***

வீரம்

மனதில் விழுந்த
அடியைத் தாங்க முடியாது
தடுக்க முடியாது
காற்றில் கை கால்களை
நாகமென நீட்டிச் சீறும்
ஒரு தற்காப்புக் கலைஞனுக்கு
ஆறுதல் சொல்ல எவருண்டு.

***

வகுப்புத் தோழி

மழை
பிறை பார்த்து
வளர்ந்த கொடி
தெளித்த வசந்தகாலக் கோலத்தில்
ஆடிவீதி சுற்றி
உறங்கும் நடுநிசித் தேர்
ஒரு துளி வஞ்சமில்லா
வெயில்
மைனா..
அன்பின் நீர் தேங்கும்
கண்கள்..
8-ம் வகுப்பு முன் பெஞ்சில் இருந்து
உடன் வரும்
பிரார்த்தனை மனம்.

***

எதிர்ப்பு

காட்டில் நின்ற
பொக்லைன் இயந்திரத்தின்
ஓட்டுநர் இயக்காளியைச்
சுற்றித் திருப்ப முயல்கிறது
அடர்ந்த மரங்களின் வேரில்
பிறந்த குட்டிக் குரங்கு.

* * *

தர்மம்

அரவணைப்பு
பூனைகளுக்கு அதன் ஈனக்குரலின்
சவலைக்கு

அடர்வனத்தில்
தனிமையின் அமைதியில்
மலர்ந்து மடியும்
காட்டுப் பூவுக்கு காணாது
விடுதல்.

* * *

சொல் எப்படியும் ஒரு சொல்

சொல்லும் சொல்லுக்கு சொல்லப்படுவதற்கு முன்
இருந்த ருசி
சொல்லாகி உருப்பெறுதலில் ஒன்று
உப்பு கூடிவிடுகிறது
அப்படியே
கசப்பு இனிப்பு துவர்ப்பு,
ஒரு புஷ்பம் பூப்பதுபோல
பூத்து சொல்லும்
சொல்லின் ருசியை
முத்தம்போல தந்துவிட்டுப் போகும் உன் முன்னே
என் ஆற்றின் கரையில் ஓடும்
நீரெல்லாம் சலன உச்சம் பெறுகிறது.
சொல்லெடுக்காமல்
திசையில் வரும் காற்றில் மிதக்கும்
பருவம் ஒரு சுகம்.

***

கவி / கவிதை

நூலாம் படை
பூச்சியின் தனிமை

தாகம் குறைய வழி
அறியாத சிறகுடை உயிர்

இன்மையில் பெருகும்
குழந்தையின் பசி

குலுக்கித் திறந்த
பியர் போத்தல்

மலை முகட்டு
கத்தல்

இசையும்
மொழி உருக்கொண்ட
காட்சி

கயிறு அறுத்த
இளங்கன்று

கவனம் பிசகாத
நான்கு உதடுகளின் முத்தம்

சினக்கும்
வாள்

யானைக்கு
குத்திய கால் ஆணி

ஆளற்ற தர்க்கம்
போருக்கு சொல்லின் வேல்

அர்த்தம் புரியும்
ஊமையின் கண்ணீர்

புணர்ச்சி
போதை.

கவிக்கு உயிர்
இருப்பதை சொல்லும்
மூச்சு

பைத்திய
சுகம்.

அழிவின்
திசையில்
ஏகும் உயிர்.
தெரியாத
காற்று

தெறிக்கும்
கடுகு

எத்திசைக்கு
இருள்

சொற்சேர்ப்பன்
அர்த்தப் பிழை

எதிர்பாராத
வெளிச்சம்.
கண்ணாடிக்கு கண்
மிதிபட்ட அரவம் கீர்த்தி
சத்தமின்மையின் பெருஞ்சத்தம்
அழகின் குளிர்
வெப்பம்.

***

ஓடை உயிர்

ஓடை சுழியில் சிக்குண்டதும்
ஒரு கை நீருக்குக் கீழே இருந்து
பிடித்து இழுத்துவிட்டது
பாலகனை.

இழுத்த மறு கை வெளியே நின்ற
அக்காவுடையது.

காலைப் பிடித்த கை
எவருடையது

அப்போது
சுழி நகர்ந்துவிட்டது

அந்த இடத்தில்
சேகர் உயிரை அமுக்கிய
கை என்றாள் கிழவி.

என்னைக் காத்தது
ஓர் உயிரைக் குடித்த
கையா என்றான்
பாலகன்.

யாரை அமுக்கனும்
யாரை காப்பாத்தனும்னு
அதுக்குத் தெரியும்.
அது நீரின் கை என்றாள்
அக்கா.

* * *

கிரிக்கெட் மட்டை

கிரிக்கெட் மட்டைகள்
முதல்முறையாக லண்டனில் குளிர்பிரதேச
வில்லோ மரங்களில்
செதுக்கப்பட்டது

கனவுகளோடு
இரவுகளில் சாக்ஸில் பந்தைக் கட்டி
விடிய விடிய
மட்டையால் தட்டிப் பயிற்சி பெற்றவன் நான்

சிறுவயதில்
வெயில் பிளந்த கம்மாயில் நான் பிடித்து
விளையாடிய கிரிக்கெட் மட்டை என்பது
காஷ்மீர் இஸ்லாமிய தச்சரால்
வில்லோ மரத்தில்
செதுக்கப்பட்டுக்கொண்டிருக்கும் மட்டைகள்

அவர்களின்
பெற்றோர்களோ
வம்சாவளியினரோ
அனுப்பியவையாக இருக்கலாம்.

மட்டையில்
நிலத்தின், மரத்தின்
என் இளமையின்
சாகச நாட்களின்
குளிர்மையை உணர்ந்தேன்.

* * *

பாப்புஜி

பிரார்த்தனை மண்டபத்தில்
ஒரு விளக்கின் உயிர்
ஊதி அணைக்கப்பட்டதற்கு பின்
மரணம் காலில் விழுந்து
தரப்படும் புனிதத்தை அடைந்தது.
தன் கொலைக்கு தானே தந்த ஆசிதான்
அணைந்த விளக்கு ஒளியின் புனிதம் –
புனிதங்களின் வரலாறு
இரண்டு வகையில் அப்போது எழுதப்பட்டது.

(ரிச்சர்ட் அட்டன்புரோவுக்கு)

* * *

பிறந்து பிரிந்து

நர்த்தன ஒளிகளோடு
வந்தது,
படுக்கையில் விழுந்த
இளவெயிலென
முகம் மலர்ந்து
அழுத்தம் நீங்கி
ஒரு மாலையில் நடனமிட்டபடி
மஞ்சள் வண்ணம் கரைந்து ஒளிர்ந்து
பிரிந்துபோகும் இவ்வோடையில்
உனக்கென அன்று சம்பவிக்கப் பூத்த
முத்தமும் உன் பின்னே
வருகிறது.

* * *

தூக்கத்தைப் பற்றிய புரிதல்

நாளை என்பது தெரியாது
இன்றைய பசிக்கு
இன்றைய மசிந்த உழைப்பில்
உப்பு தரித்த உடல்
பகலிலும் நடுநிசி காணும்,

கைவிடப்பட்டோருக்கு
பிரபஞ்சம் அரணாக
தன்நிலை மறந்த
தூக்கமுண்டு

சேர்க்க சேர்க்க குறைகிறது
நல்மனதுக்கு
வஞ்சகர்க்குத்தான்
சிதையிலும் விழிப்பு
செத்த பின்னும்
தீராப் பேராசை.

***

231 | விகடன் பிரசுரம்

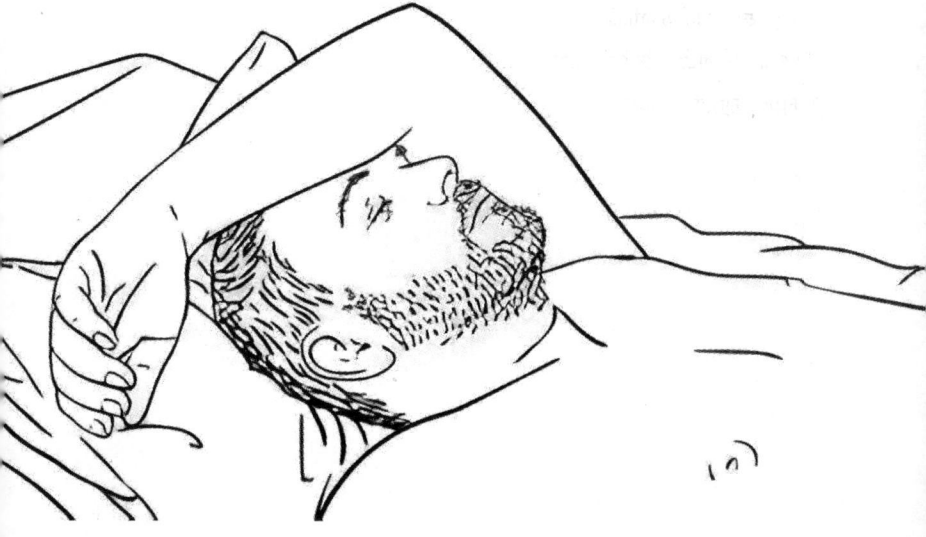

கலவி

தச்சன் இழைத்த மரத்தின்
ஈர பச்சையத்தின்
கசந்த வேம்பின் நெடியில்
வெதுவெதுப்பாக இருந்தாள் அப்போது..
விஷ சர்ப்பங்களின்
ஆலிங்கனம் அக்காட்டில்
நிகழ்வதற்கு முன்..

***

233 | விகடன் பிரசுரம்

வாழ்வி

வாழும் காலத்தில் கொல்லப்பட்ட
இலக்கியச் செல்வர்கள் அநேகருக்கு
தமிழ்ச் சமூகத்தின்
முதல் கொலைக் கருவி
மௌனம்,

பொழுதெல்லாம்
அன்றாட வாழ்வுக்கு
அல்லாடியோரை
சிலையாக நிறுத்தி
பெருமை போற்றினார்
பசித்தலைந்த அதே தெருவில்,

படைப்பு வாழ்வதிலும்
கலைஞன் அழிவதிலும்
ஏனோ இங்கு
விருப்பமாக இருக்கிறது.

***

காதல்

ஒன்றுமில்லை
ஒன்றுமில்லையா?
ஒன்றுமே இல்லை
பின் ஏன் அழைத்தாய்?
ஒன்றுமில்லை.

ஒன்றுமே இல்லை
ஆனால் ஒன்று இருந்தது
அப்போது இல்லாமலும் இருந்தது.

* * *

மேகமும் மலையும்

அவளைச் சந்தித்த கணத்தில்
மனம் பறிபோனது

வயோதிகத்தின் நுழைவு வாயிலின்
காவலாளிபோல என்னை
நினைப்பாள் என நினைத்திருந்தேன்.

என் பழைய காதலி ஒருத்தி
அண்ணாந்து சிரிக்கும் சிரிப்பில்
மழையெங்கும் மேகம் சூழ்ந்துபோகும்.

அவள் சாயலில்
என் அருகில் வந்தாள்.

அவள்போல வராது இவள்.
ஆனால் அவள் வரத்தைப் பெற்றவள் போலவே
சிறிய கண்களின்வழி எனைக் கடந்துபோனாள்...

அவள் போகும்போது
சூழ்ந்த மேகங்களோடு போனாள்..

நான் வாயிலில் நின்றிருந்தேன்.

* * *

இயல்பு

கிழக்கின் அடிச்செவ்வான வெளிச்சத்தில்
தோற்கும் பகலும் ஜெயிக்கும் இருளும்
பின்னும் அவ்வேளையில்
கரைக்குத் திரும்பிய நினைவின் படகை
ஒரு கயிறால் கட்டும்
வினோத மனிதன் மனுசி தோன்றிய பிறகு
நன்றியுணர்ச்சியைக் கைவிட்ட ஒருவனை
வழியில் சந்திக்க நேருமிடத்தில்
கடவுள் அவதரிக்காமல்
மதங்கள் தோன்றின.

***

இருப்பு

நான் வரும்போது நீயில்லை
நீ வரும்போது
நானும் இருப்பதில்லை
பிறகெதற்கு
நமக்கென்று ஒரு வீடு.

(1997-ல் எழுதியது)

***

கண்மணி

முத்தமிட்டு
கைப்பிடித்து
தழுவி விடைபெறும்
துயர்மிகு நாளில்
ஏன் செய்தாய் அதை,
சமாதானம் ஆகாமல்
நீள்கிறது இரவு.

* * *

தலைப்பு உன் பெயர்

என் பயணத்தில் உடன் வரும் இலக்கியம்
மேன்மையுறுத்தும்
அவ்விலக்கியத்தின் உயிர்
நின் கவனம்
இப்பாதைக்கு கண்
கண்ணுக்கு விளக்கு
இதன் சிறப்பே நீ
வழித்துணைக்கு
உன் நினைவுகள்
வழிநெடுக பேசும் சொற்கள்
உன் அன்பும் நிராகரிப்பும்
இப்பாதைக்கு உயிர்.

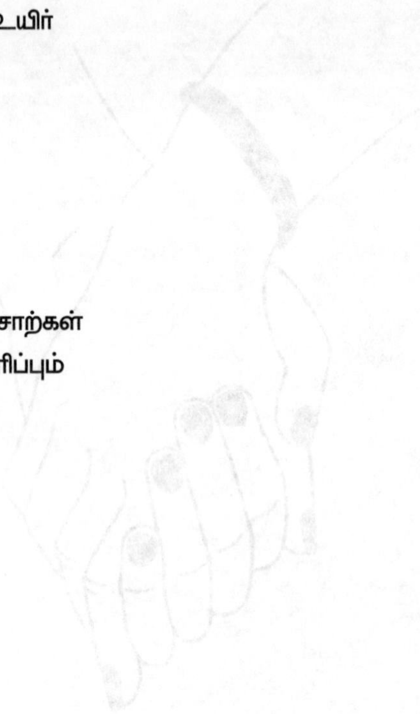

***

கமல்ஹாசனின் தத்துவம்

இன்பத்திற்கு நினைவின்
செவிப்புலம் தங்காது
வழுக்கும் பாறை
துக்கம் முன்தோன்றி
எரியும் மரமென
கமல்ஹாசன் சொன்ன
ஓர் நாளில்
பசியைத் தவிர கொடுந்துயர் அறியாத
சிறுவன் நான்.

முதல் முரண்பாடு
கமல்ஹாசனோடு உண்டானது
அல்லிக்குளத்தில்
கல் எறிந்து சிந்தித்தேன்.

இன்பம் காலற்றப் புகை
துக்கம் அழுத்தமாக உந்தப்பட்ட முத்த ரேகை.
முரண்பாடு தணிந்த
இப்பொன்விழா வயதின்
இரவில் ஓடும் நதியில்
மிதந்து நினைவழிந்து போய்விட்டது
இன்பத்தின் பகல்.

***

எல்லாம் மருந்தென...

நெல்லுக்கு மருந்து நிலத்திலிருந்து
நீரிலிருந்து
ஏறிவிட்டது.

ஒட்டி மடிந்த பூச்சி தெளிப்பானில் கருகி
நெல்லுக்குள்
மலத்தில் மருந்தை இறக்கிவிட்டது.

மருந்துண்டு
மருந்துக்கு அலைந்து
மருந்தாகிப் போனான்
நவீன மனிதன்.

இடையில் புரியாதவன்
மருந்து குடித்து இறந்தான்.

விஷம் மருந்தை உண்டது.
மருந்து விஷத்தை
உண்டது.

மருந்தின் ஏக போகம்
அமோகம்.

***

கலையும் கூடம்

ஒரு அரங்கம் ஒவ்வொரு பார்வையாளனாக அழைக்கிறது,
முடியும்போது மொத்தமாக
வெளியே செல்ல கதவுகள் திறக்கின்றன.
நிறைவது துளித்துளியாக,
கவனம் தப்பினால்
மொத்தமாகப் போய்விடும் என்று
திரை வாழ்வின் சூத்திரம் சொல்கிறது.
நினைவில் அது விரித்த காட்சிக்கு
நன்றி சொல்லி நிற்கும் எனக்கு
பருவக்காற்றின் பாடல் ஒன்றை இசைக்கிறது,
உதயமெனில் அஸ்தமனம் உண்டு என்றே
ஆறுதல் சொல்கிறது,
தன் திரைக்கதையாடலின்
அனுபவத்தில் பெற்றதை
பேணியதை எண்ணியவாறு
தந்ததை மறந்து விடைபெறப் போகிறது
ஏழைகளின் கலைக்கூடம்.

(சென்னை உதயம் திரையரங்கத்திற்கு)

***

விகடன் பிரசுரம்

வெயிலின் சுமை

வெயில் ஒரு காலத்தில்
நிலவாக இருந்தது

வெயில் ஒரு காலத்தில்
தாங்க முடியாத துயராக இருந்தது
வெயில்
சித்தக் கிறுக்கின் காலத்தில்
நிழல் உருவில்
சீடனைப் போல பின்தொடர்ந்தது.

நின்றால்
நிற்கவும் செய்கிறது
அவர் அவர்க்கு
அவரவர் வெயில்

வெயிலுக்கிருந்த
பொதுப் பண்பை
மூன்றாவது அணுகுண்டு
விழுந்த லாபத்தின் பள்ளம் விழுங்கிவிட்டது.

***

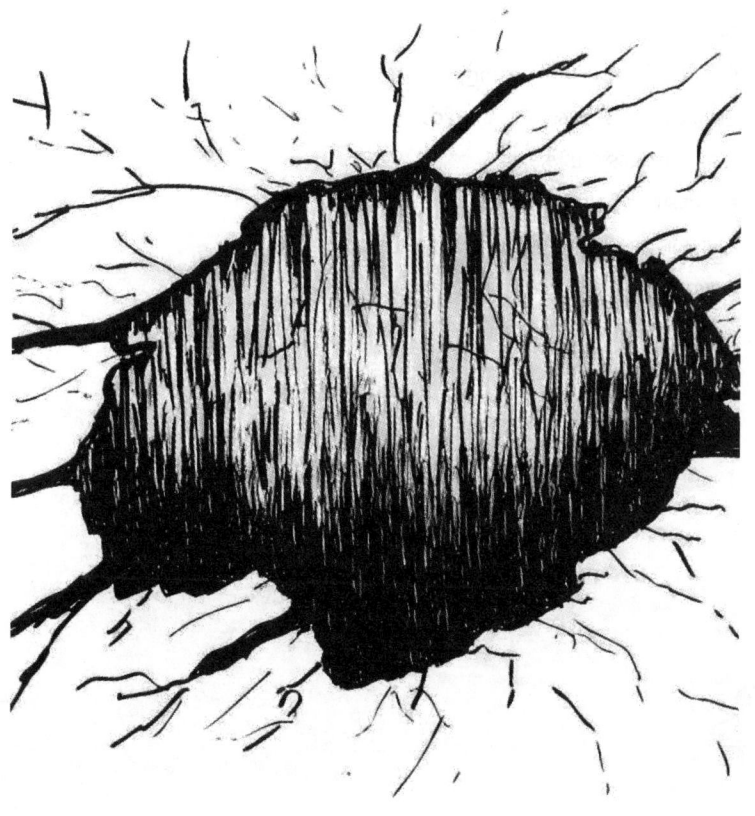

அவளுக்கு

வாழ்வொடிந்த
ஒரு நாளில்
நீ தூக்கி இடுப்பில் சுமந்த
அக்கினி வெயில் பொழுதில்
பல கால்கள் மிதித்து
கைகள் பிசைந்து
உருவான சேற்றுக் களிமண் பானைக்கு
ஊற்றிய நீரை குளிரச் செய்யும்
இதயம் பிறந்துவிட்டது.

***

கற்கண்டு பால்

இருள் பிராகார வெளியில் இருந்து
மீனா வந்தது,
ஒரு குருடனின் இடச்சோதனைபோல்
உச்சந்தலையிலிருந்து
நெஞ்சுவரை அதன் துதிக்கையால்
தொட்டது,

கல் மண்டபத்தில்
கல் யானை
மூச்சுவிடும் ஓசையும்
திடுக்கிட்டு எழுந்த சிறுவனுக்கு
அவ்விரவில் நிலா நின்று
கொட்டிய ஒளியில் கசிந்தது.

சீர்காழி கோவிந்தராஜன்
கற்கண்டு பால் அருந்திய
மீனாட்சி கோயில் கச்சேரியின்
முடிவில் இது நிகழ்ந்துவிட்டது.

***

முள் புதர்

இலந்தை பழுத்து
நிறம் பூத்திடும்
அவ்வதிக வெயில் காலத்தில்
நிறம் உறிஞ்சும் வேருக்கு
நீர் உறிஞ்ச
செங்காட்டில் வழியில்லை.

தேன் சிட்டுக்கு
வெக்கையில்
முள்ளோடு நிழல்

ஓர் நாளில் வானம் பார்த்த
பூமிக்கும் உண்டு மழை

தாக நிலத்தின் பழத்தின்
மீது சாய்ந்து கிடக்கும்
ஒரு துளி

அது இலந்தைக்குப் பெய்யும் மழை
எல்லோருக்கும்.

***

ஒலியற்ற குரல்

சென்ற முறை ஓர் அனுபவம் துளிர்த்தது
இம்முறை அது வேறு அனுபவமாக இருக்கிறது
அடுத்த முறையின் அனுபவம் ஒன்று வரப்போகிறது
ஒரே மாதிரி இருக்க வேண்டியதில்லை அனுபவங்கள்
எஞ்சியிருக்கப்போவது அனுபவங்கள்
கைகள் ஒன்றில்லை
ரேகைகள் ஒன்றில்லை

அனுபவம்
தருவது
பெறுவது
இருப்பது
இறப்பது.

***

நெடுந்தாகம்

ஒரு சொட்டு வீழ்ந்து
அனலில் தொலைந்து போவது எதற்கு
தாகத்தோடு வெயில் வயிற்றின்
நிழலுக்குள் காத்துக் கிடக்கிறது.
ஒரு மழை
மாமழை பொழிக
ஒரு துளிக்கான
நேரம் இதுவல்ல

பொறுத்துக் குளிக்க முதலில்
ரோடு தவம் கிடக்கிறது,
அப்புறம் நான் நடனமிடுவேன்.

***

காட்டின் ஒளிப் பெண்

வனத்தின் வாசனையில்
ஒரு கவிச்சியின் மனம் இருந்தது
அருவியின் தூரத்து இரைச்சலும்
ஒரு படகு துடுப்பிடும் ஓசையும்
இணைந்து உருளும் இசையோடு கேட்டது.
இவ்வளவு பேரமைதியில்
மலையும் வனமும் வனப்பாதையும்
அருவியின் மங்கிய சத்தமும்
துடுப்பிசையின் வேகமும்
நிழல் கடப்பின் நிசப்தமும்
சொட்டு சொட்டாகக் குறைந்தபடி
புதைந்திருந்த என்னை எழுப்பியது
உன் மார்பின் அசைவு.

* * *

நண்ணி வருமணி ஓசை

பூதம் புகுந்துகொண்ட நாளில்
நகரம் பரபரத்த தேவையின் சுமையோடு
ஒரு திருகாணியளவு உதவிட
ஆளற்ற இன்றன் நொடியின் மீது
புகாரின்றி

ஒரு கோப்பை தேயிலை நீர்
பிறகு ஒரு வெற்றிலை மென்று

தள்ளித்
தெருவில் விட்டு வந்த
ஜீவனின் நினைவோடு

வெறுமை அண்டி
திசை தப்பிடாத
பொழுதுக்குள் அவசரமாக
மனச்சுமையுடன் என் குடியிருப்புக்குள்
வந்தேன்.

நினைவின்வழி அலைந்து
எவரிடமோ விசாரித்து
எப்படியோ வந்து
அசதியில்

எதிரே சோபாவில்
கண்மூடிக் கிடக்கிறான்
பூனை வடிவில்
அம்மைக்குப் புலியோடு வந்த
மணிகண்டன்.

* * *

பெயர் அல்ல

யானை யானை
புலி புலி
மான் மான்
பன்றி பன்றி

மனிதன் மனிதனில்லை
இருக்கும் பெயர்களில்
பிறந்தாலும் ஒரு புதுப் பெயருண்டு
மனுசப் பயலுக்கு
அவன் கொண்டுவரும் புத்தகங்களுக்கு,

பெயர் பெயர் எங்கும் பெயர்
தொழிற்பெயர்
இயற்பெயர் உண்டு
தொழிற்பெயரோ
கல்வி கற்றால் ஒரு பெயர்
கல்லாதானுக்கு
ஜாதிப் பெயர்.

***

இருள் என்பது

இருள் இவ்விஷயத்தை சொல்ல
உதவுகிறது.

இருள்தான் எல்லாம் முடிவுக்கு
வந்த நாளில் இதை பாதை என்றது

நிறைந்து
பேதமின்றி
பூசத்தெரிந்தது
இருள்.

விழித்திருப்பவர்
அறிவர்
இருள் துணை.

நிற வெறியர் தெருவில்
அவர்களோடு ஒயின் அருந்துகிறது
இருள்.

அவ்வேளையில்
கறுப்பனைப்போல
அமைதியாக இருக்கிறது.

நிறைந்த இருளில்
ஒரு சிருஷ்டி இன்பத்தில்
உருவாகவும் செய்கிறது.

***

தத்துவ நிலை

பொற்றாமரைக் குளத்தில் மிதந்து கரையேறிய
வயோதிகப் புலவனின் ஓலைச் சுவடியை
தவறிய கோணத்தில்
பொருள் சொன்ன
உத்திரத்து வெளவால்கள் நேரே பார்க்கத்
தெரியா உலகின் ஒரே படிமமானது.

பழந்தின்னிப் பறவைகள்
வெளவாலுக்கும்
கிளிக்கும்
சில மனிதர்களுக்கும்
ஒரே நிலையல்ல
ஒரு பொருள்.

யாவும் தலைகீழான
நோக்கின் விதியில்
யாவும் தலைகீழ் கோலம் காணும்
கண்களின் உலகில்
தலைசாய்த்து நேராகப் பார்க்கும்
கிளிக்கு அருள் கரத்தின்
ஒரு விரலைத் தந்திருந்தாள்
பண்பாட்டின் அன்னை.

(எழுத்தாளர் ஆர்.பாலகிருஷ்ணன் அவர்களுக்கு)

***

வரைதல்

ஒரு கோடு விரல்
நகர்ந்தபடி
வரைந்தபடி
தொடும் தொடர்போடு
தன்னிஷ்ட ஆச்சர்யங்களுடன்
முடிவற்று
ஒரு புள்ளியில் திரும்பி
விரட்டும் நாய்களுக்கு கால் தூக்கி
சத்தம் கொடுத்து
நில்லாது
பின்
வெள்ளை காகிதத்தின் முதல் ஓவியக் காதலன்போல்
அச்சிறுவனின் சைக்கிள்
தார்சாலையில் போய்க்கொண்டிருக்கிறது.

அக்கோடும்
போய்க்கொண்டிருக்கிறது.

(பொன்வண்ணன் அவர்களுக்கு)

***

ஜனநாயக விண்ணப்பம்

குடிநீர் குழாய்கள் பழுதோடு
சிறு துவாரக் கசிவுகளுடன்
பதித்து செல்லும்
ஊழியர்களிடம்
வனப்பகுதிக்குள் பதிக்குமாறு
குரங்குகள் கேட்டன
அங்கே
முளைவிட விரியும்
தொட்டாச்சிணுங்கிகள் அதை
ஆமோதித்தன.

* * *

தீர்ப்பு

மௌனம் வினை
மௌனம் வெறுப்பு
மௌனம் தந்திரம்
மௌனம் கருவி
மௌனம் தீர்வை
ஒத்திவைப்பு.
மௌனம் களவாணி
மௌனம் வீம்பு
மௌனம் திமிர்
மௌனம் பேச
விரும்பாத் தன்மை.

***

அனாதை எழுத்து

கடலில்
தினமும்
கொதிப்பும்
கூடித் தழுவும் காற்றும்
நிலவு முங்கிச்
சிவந்து வெளிவரும்
ஒளிக்கீற்றும்
நாள்தோறும்
தரிசனம்.

எவ்வளவு அலைகள்
எவ்வளவு எதிர் அலைகள்
வாழ்வில்
சிப்பி பொறுக்க ஆளுண்டு
நாட்டில்
நின்று பார்க்க எவருண்டு
ஓய்.

* * *

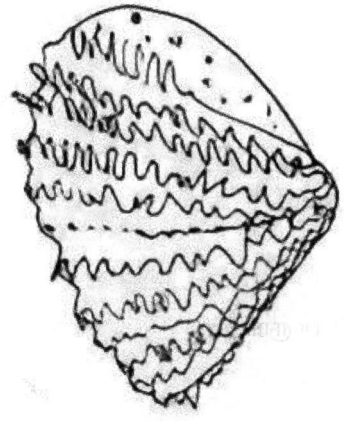

இறுதி வாழ்வு

உலகைச் சுற்றி ஆகாயத்தில்
தன் பெயரெழுதித் திரும்பினாலும்
காலத்தில் ஒரு
கட்டில் மின்விசிறி
ஒத்திகைக்குத் தருகிறார்கள்.

பிரபஞ்ச விடைபெறலுக்கு
தனிமையின் கொண்டாட்டத்தில்
ஜன்னல் வெளிச்சத்தில்
சில கவிதைகள்
சமைத்து வைப்பேன்.

வலி ஏதேனும் இருந்தால்
எதுவும் செய்யேன்
ரயிலுக்கு முன் பிளாட்பாரத்தில்
உண்டாகும் பரபரப்புபோல
பதற்றமாக இருப்பேன்.
அதிகாலையில் கவனித்துப் பாருங்கள்
ஒரு நாள்
நிறைந்து இருப்பேன்.

* * *

ஆனந்த நினைவு

நினைத்தாலே ஆனந்தமாக இருக்கும்
ஒரு நீண்ட வீதி உண்டு என் வாழ்வில்.

அவ்வீதியில் குறிப்பிடும்படி ஏதுமில்லை என்றாலும்
ஒரு பார்வையற்றவன்
யாரோ அமரப்போகும் ஒரு கூடைச் சேரைப்
பின்னிக்கொண்டிருக்கிறான் நண்பகலில்.

மஞ்சனத்தியின் வேர் வாசனையில் மணக்கும்
ஒரு யுவதி முன்பிருந்தாள் என் வாழ்வில்
நினைத்தாலே ஆனந்தமாக இருக்கிறது.

நெடுஞ்சாண்கிடையாக விழுந்து தானே எழுந்து
நெற்றி நீருடன் தெருவழி கடந்து
பகலில் சிரித்து
குளிர்ந்த பியர் அருந்திய
80 வயசு சாமியை எனக்குத் தெரியும்
நினைத்தாலே ஆனந்தமாக இருக்கிறது
அவர் முதல் சொட்டு மதுவை
கரைக்கு தானமாக காணுங்கால்.

***

சாவின் காரணம்

இல்லாது போகும் நாளில்
காரணம் அறிந்திடத் துடிக்கும்
இதயங்கள் கோடி.

இளையவனாக இருந்து
விபத்தாகவும்
பலஹீனக் காரணங்கள்
வலுவாக இருந்தால்
சாவு ஏற்புடை திருப்தி.

துர் மரணம்
கணநேர விசாரிப்பு பின் அமைதி.

முதியோர் எனில் வயது முதன்மை பெற்று
ஒரு 'இச்' அவ்வளவுதான்.

ஆயினும்
இருப்பதற்கு காரணங்கள் அறிய எவருமில்லை
இருந்தால் இவர்களுக்குப் பிடிப்பதில்லை.

***

மஹாத்மா

பிரார்த்தனை மண்டபத்தில்
பரிசோதனைக் கருவிகளை
அப்புறப்படுத்துகிறார்.
அனைவரையும் ஒன்றாக
வருமாறு அழைக்கிறார்.
தன்னைக் கொல்ல
முடியாமல் போனதை
இப்போதும் பார்த்துக்கொண்டிருக்கிறார்.
சபர்மதி ஆஸ்ரமத்தில்
பாபுஜி இப்பவும்
தயாராக இருக்கிறார்.

***

நவீன வியாபாரம்

ஒரு நாள் புகழ்
மறுநாள் அவதூறின் சேறு
இதன் பெயர்
இணையவழி பிறந்த
ஈசல் சாவு.
இடையில் வளருது
புறணி வியாபாரம்.

***

293 | விகடன் பிரசுரம்

ஒட்டாதது உதிரும்

ஒரு முள் வேலியில்
மஞ்சள் வெயில் சிறகில்
தாங்கி அமர்கிறது.

சிறுவர்களும்
சிறுமிகளும்
பிடிக்கும் ஒரு நொடிக்கு
வானம்
பூமி
அமைதியில்
மௌனம் காத்தது.

தாழப் பறந்த தட்டான்கள்
சந்தோஷம் அப்பிக்கொண்ட
ஒரு காலத்தின்
வெயிலை நெஞ்சில்
விழவைக்கின்றன.

பிடிபடாமல்
உயரப் பறந்த ஒரு கவிதையொன்று
நினைவில் சேராமல்
அழிந்துவிட்டது.

* * *

295 | விகடன் பிரசுரம்

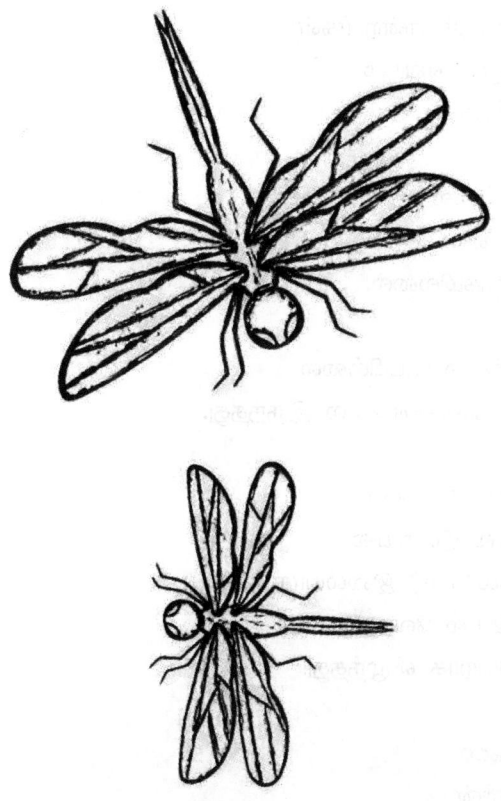

நிறமி

இலையோடு இலையாக
மசிந்திருந்தது பச்சை பாம்பு.
கண் தீண்டும் என்றார்கள்
ஒரு நாளும் எவரும்
கண்டதில்லை.

பறக்கவில்லை
பாயவில்லை
தடித்த தேகமில்லை.

நஞ்சிருக்க வாய்ப்பில்லை
செடிக்கு காவலன்போல் இருந்தது.

பண்ணை அரிவாள்
கிளை வெட்டுகையில்
ஓர் இலையோடு இலையாக
அதன் உடல் வேறாக
தலை வேறாக விழுந்தது.

உடல் தலை
இணைவின்
துடிப்பை துடித்தது.

பச்சையாக இருந்தபடியால்
கவனிக்கவும் ஆள் இல்லை.

***

தந்தையின் விழிப்பு

பிள்ளைக்குப் பிடித்த
காற்றுள்ள உயிர் பலூனும் நிலவும் நானும்
விழித்திருக்கிறோம் இவ்விரவில்.

பள்ளியில் சேர்க்க பெறப்போகும் ஜாதிச் சான்றிதழ்
குற்ற உணர்ச்சிக்கு நடுவே
இங்கும் அங்கும் மின் விசிறிக் காற்றுக்கு
அலையடிக்கிறது பலூன்.

நிலவு மௌனம் ஒளிர்கிறது.

***

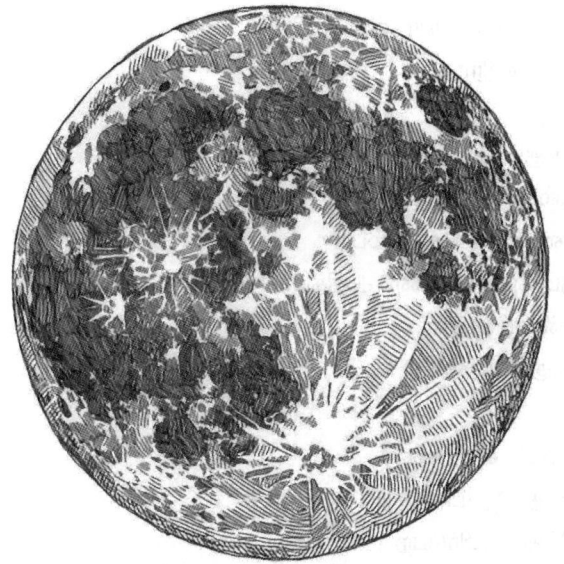

வாகனத்தில்

ஒருவன் ஹாரன் அடித்தாலும்
ஒரு மாடு தன் போக்கில்
மெதுவாக அமைதியாகக் கடக்கிறது
சத்தத்திற்கு எதிராக.

ஹாரனுக்குப் பழகிவிட்டது கைகள்
ஆள் இல்லாத ரோடுகளிலும்
தன்னிச்சையாக தெரியும்படி
சத்தமிடும் வாகனங்கள் அதிகமாகி
சத்தத்தின் சந்தையை
உருவாக்குகின்றன.

அமைதியின் விற்பனை
சிகரத்தைத் தொடர்கிறது
அமைதிக்கு உயிர்பெற
மூச்சுப் பயிற்சி தேவைப்படுகிறது.

அமைதியைக் கொண்டுவருவது
அவ்வளவு எளிதல்ல
நள்ளிரவில் இரும்பு பெரிய தோசைக்கல்லில்
கொத்தி ஊரைக் கூட்டும்
மாஸ்டரின் புரோட்டா கரண்டியில்
தொடங்க வேண்டும் அதை.

***

மயில் தோப்பு

மயில் மேவும்
தென்னந்தோப்பு
உச்சி வெயில் தோகை போல் சிந்துகிறது
ஓவியப் புள்ளிகளோடு
நிழல் மயிலை.

மயில் மேவும்
தோப்பில் தேள் இல்லை
விரித்துப்படுத்தால் காற்றுண்டு
திரும்பி எழுப்ப
ஒரு மயில் உண்டு.

* * *